மாபெரும் சபை

பாகம் - 1

ஜா.தீபா

மயூ

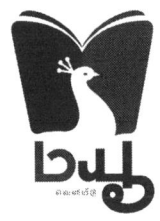

மாபெரும் சபை	Maaberum Sabai
பாகம் – 1	Part - 1
ஜா.தீபா ©	J.Deepa ©
கட்டுரைகள்	Essays
மயூ பதிப்பகம்	Mayu Publications
30/40, அரசம்மாள் இல்லம்,	30/40, Arasammal Illam,
ராஜாஜி அவென்யூ,	Rajaji Avenue,
பெரியார் தெரு, வளசரவாக்கம்	Periyar Street, Valasaravakkam
சென்னை – 600087	Chennai - 600087
கைப்பேசி : 90428 87209	Phone: 90428 87209
அட்டை வடிவமைப்பு:	Cover Design:
சந்தோஷ் நாராயணன்	Santhosh Narayanan
நூல் வடிவமைப்பு:	Book Design:
சந்தோஷ் கொளஞ்சி	Santhosh Kolanji
அச்சாக்கம்:	Printed at:
ரமணி பிரிண்ட் சொலுயூஷன்	Ramani Print Solution
சென்னை – 600089	Chennai - 600 089
பக்கங்கள்: 120	Pages: 120
விலை: ரூ. 150	Price: Rs. 150
	ISBN: 978-93-6039-568-1

சமர்ப்பணம்

திரு. சிவாஜி கணேசன்

அவர்களுக்கு

உள்ளடக்கம்

- முன்னுரை 7
1. பெருங்களிறு 13
2. தாதா மிராசி 19
3. பி.ஆர். பந்துலு 26
4. எஸ். பாலசந்தர் 37
5. ஏ. பி. நாகராஜன் 45
6. சுந்தர் ராவ் நட்கர்ணி 63
7. ஏ. சி. திருலோகசந்தர் 75
8. எல்.வி பிரசாத் 82
9. பீம்சிங் 90
10. A.T. கிருஷ்ணசாமி 103
11. எஸ்.எஸ் வாசன் 112

முன்னுரை

தமிழ் சினிமா பல்வேறு பரிட்சார்த்த முயற்சிகளை செய்துள்ளது. ஒரு நீண்ட பயணம் அதற்குண்டு. எந்தச் சாதனையையும் செய்கிற ஆர்வம் கொண்டது தமிழ்த்திரை. கற்பனைத்திறனும், தொழில்நுட்பமும், கலைஞர்களின் தொடர் வரவையும் தன்னிடத்தில் உள்ளடக்கியது. இவற்றையெல்லாம் தொகுத்து சினிமா பத்திரிகைகள், புத்தகங்கள், ஆய்வுகக்கட்டுரைகள் வெளிவந்திருக்கின்றன. இதற்காகவே வாழ்நாளை செலவழித்தவர்களும் இருக்கிறார்கள். இப்படி ஒரு துறை பற்றித் தொடர்ந்து ஆவணப்படுத்தப்படுவது, அதனுடைய வளர்ச்சிக்கு உதவும்.

இந்தப் புத்தகம் ஆய்வுக்கட்டுரை அல்ல, ரசனை சார்ந்து எழுதப்பட்ட புத்தகம். ஒரு வியப்பான விஷயத்தை உள்வாங்கினால், அதை மற்றவர்களிடம் பகிர வேண்டும் என்று தோன்றும் இல்லையா, அப்படி பகிருவதற்காக எழுதப்பட்ட புத்தகம்.

கொரோனா காலகட்டம். வீட்டில் அடைபட்டிருந்த நேரத்தில் ‘புதிய பறவை’ படத்தினைப் பார்த்துக் கொண்டிருந்தேன். இந்தப் படத்தினை எடுத்த தாதா மிராசியின் மற்றப் படங்கள் என்னவாக இருக்கும் என்கிற தேடுதலில் அடுத்தடுத்து அவர் படங்களைப் பார்க்கத் தொடங்கினேன். அவற்றை ஃபேஸ்புக்கில் ஒரு பதிவாக எழுதியிருந்தேன். அந்தப் பதிவுக்கு பெரும் வரவேற்பு கிடைத்தது. யாவரும் இணையதளத்தில் அந்தப் பதிவை வெளியிட்டிருந்தார்கள். அதை என்னுடைய அப்பா வாசித்துவிட்டு, இன்னும் சிலவற்றை சேர்க்கலாம், மிக சுருக்கமாக இருக்கிறது என்றார். எனக்கும் அந்தப் பதிவு போதவில்லை எனபதே எண்ணமாக இருந்தது. தொடர்ந்து அடுத்தடுத்து ஒவ்வொரு இயக்குநரின் படங்களாக பார்த்து எழுதத் தொடங்கினேன். அவை ‘நினைவோ ஒரு பறவை’ என்னும் பெயரில் யாவரும் இணையதளத்தில் வெளிவந்தது. அப்பா

காலமான பிறகு, அதனால் தானோ என்னவோ தொடரை என்னால் தொடர இயலவில்லை. அவர் இந்தத் தொடருக்கு நல்ல வாசகராக இருந்தார்.

இரண்டு வருடங்களுக்குப் பிறகு மீண்டும் படங்களைப் பார்த்து என்னுடைய இணையதளமான jadeepa.com தொடர்ந்து எழுதினேன். அந்தக் கட்டுரைத்தொடர் தான், முதல் பாகமாக இப்போது 'மாபெரும் சபை' எனும் பெயர் கொண்ட இந்தப் புத்தகத்தில் இடம்பெற்றுள்ளன.

முதல் பாகமாக பத்து இயக்குநர்கள் குறித்து எழுதியிருக்கிறேன். இந்தியச் சுதந்திரத்துக்கு முன்னும் பின்னும் என, தமிழ்ப்படங்களை அதன் உள்ளடக்கம் சார்ந்து பிரித்துக் கொள்ளலாம். சுதந்திரத்துக்கு முன்பு வெளிவந்தப் படங்கள் தணிக்கைக் காரணமாக பெரும்பாலும் புராணப் படங்களாக வெளிவந்தன. அதிலும் சில படங்கள் மறைமுகமாகவும், நேரடியாகவும் சுதந்திர உணர்வை வலியுறுத்தியும், அடிமைத்தனதை எதிர்த்தும் வெளிவந்தன. ஆனாலும் அநேகப் படங்களின் உள்ளடக்கம் ஒன்று போலவே இருந்தன.

அவற்றில் இருந்து மாறுபட்டு புதிய முயற்சிகள், கருத்துகள், சமூகச் சீர்திருத்தங்கள், குடும்பச் சிக்கல்கள் என வெவ்வேறு கதைக்களங்கள் கொண்ட படங்கள் வெளிவரத் தொடங்கின. திரைத்துறை மீது ஈடுபாடு கொண்டு பல்வேறு கிராமங்களில் இருந்து வந்த இளைஞர்கள் இயக்குநராகும் முயற்சியில் ஈடுபட்டார்கள். நாடகங்களில் பணி செய்தவர்கள், நாடகங்களை இயக்கியவர்கள் திரைப்படத்துறைக்கு வரத் தொடங்கினார்கள். கல்லூரிப் படிப்பை முடித்தவர்கள் திரைத்துறைக்கு படங்கள் இயக்கவந்தார்கள். ஒரு பெரும் அலை இந்திய சுதந்திரத்துக்குப் பிறகு திரைப்படத்துறையில் எழுந்தது. இவர்களில் தங்களுடைய முத்திரை பதித்த இயக்குநர்களின் படங்களை எழுதுவது என்பது ஒரு கடலைக் கடப்பது போன்றதான முயற்சி தான். ஆனால், எழுத வேண்டும் என எண்ணம் தொடங்கியதும் அதற்காக படங்களைத் தொடர்ந்து பார்த்ததும் அற்புத அனுபவம்.

இன்றைய தலைமுறையினருக்கு பழைய படங்கள் என்பது அலுப்புத் தரக்கூடியது என்றும், மெதுவாக

நகருவது, சோகமயமானது என்கிற எண்ணமும் உண்டு. இப்படியான படங்கள் எந்தக் காலத்திலும் உண்டு என்பது மறுப்பதற்கில்லை. அவை வெளிவந்த காலகட்டத்திலேயே மறக்கப்பட்டும்விடுகின்றன. இவற்றில் இருந்து வெளியேற வேண்டும் என்கிற நோக்கில் முனைப்புடன் செயல்பட்டு வந்த இயக்குநர்கள் குறித்த புத்தகத் தொடர் தான் இது.

அதோடு, தமிழ் சினிமாவில் அந்தந்தக் காலகட்டத்தில் சில இயக்குநர்கள் ஆளுமையோடும், புதிய சிந்தனைகளுடனும் இருந்திருக்கிறார்கள். இன்று கூட நாம் பேசத் தயங்குகிற சிலவற்றை பேசியிருக்கிறார்கள். தொழில்நுட்பம் வளர்ந்த காலகட்டத்துக்கு முன்பே, அவர்கள் அதன் எல்லையை விரிவுபடுத்தியிருக்கிறார்கள். புதிய ஐடியா என்று இன்று ஒன்றிருந்தால், அதனை அப்படியே அல்லது அதன் சாயலோடு அறுபது வருடங்களுக்கு முன்பே முயற்சி செய்திருக்கிறார்கள். வெவ்வேறு எண்ணங்களும், கருத்துகளும், ரசனைகளும் கொண்ட இயக்குநர்கள் சமகாலத்தில் திரைத்துறையில் பணியாற்றியதால், புதிய கதைகளும், முயற்சிகளும் வெளிவந்தன. ஒருவரைப் பார்த்து மற்றொருவர் பிரதி எடுக்கவில்லை என்பது, இந்தப் படங்களைத் தொடர்ந்து பார்க்கையில் புரிந்து கொள்ள முடிந்தது. ஒவ்வொருவரும் தங்களுக்கென ஒரு பாதையையும் பாணியையும் உருவாக்கிக் கொண்டு அதில் சிறப்பாக பயணம் செய்திருக்கிறார்கள். இதோடு திரைக்கதையாசிரியர்கள், இயக்குநர்களின் உறவு செழுமையாகவும் இருந்தது. அதனாலும் வெவ்வேறு கதைக்களங்கள் கொண்ட படங்கள் நமக்குக் கிடைத்துக் கொண்டிருந்தன.

இந்தப் புத்தகத்தில் பத்து இயக்குநர்கள் இடம்பெறுகிறார்கள். 1980 வரையிலான தமிழ்த் திரைப்பட இயக்குநர்கள் முப்பது பேரினைக் குறித்து எழுத வேண்டும் என்பது என்னுடைய விருப்பம். அடுத்தடுத்து புத்தகங்கள் வெளிவரும்.

இந்தப் புத்தகத்தை நடிகர் திரு. சிவாஜி கணேசன் அவர்களுக்கு சமர்ப்பித்திருக்கிறேன். சிறந்த நடிகர் என்பதைக் கடந்து இந்தப் புத்தகத்தில் இடம்பெற்றுள்ள இயக்குநர்கள், சிவாஜி கணேசன் அவர்களைக் கதாபாத்திரமாகக் கொண்டு படங்கள் இயக்கியிருக்கிறார்கள். அதோடு, சிவாஜி கணேசன் ஒரு மையமாக

இருந்திருக்கிறார் என்பது படங்களைப் பார்க்கிறபோது புரிந்து கொள்ள முடிகிறது. தேசியம், திராவிடம், சமூகம், குடும்ப உறவுகள், தலைவர்களின் தன்வரலாறு.. இதோடு கடவுளர்களாகவும் நடித்த ஒரு மையபுள்ளியாக இருந்திருக்கிறார். தங்கள் கனவுகளுக்கு ஒரு நடிகர் உயிர்கொடுக்க இருக்கிறார் என்பதே இயக்குநர்களுக்கு எத்தனை பெரிய பலமாக இருந்திருக்கும் என நினைத்துப் பார்க்கிறேன். ஒருவேளை, சிவாஜி கணேசன் இல்லையெனில் வேறு புதிய நடிகர்கள் கிடைத்திருக்கலாம். ஆனால் இயக்குநர்களுக்கு எந்தத் தயக்கமும் இல்லாமல், எந்த விதமான கதைகளையும் கதாபாத்திரங்களையும் சிவாஜி தாங்கிவிடுவார் என்கிற நம்பிக்கை ஏற்பட்டதென்பது, நமக்கு அற்புதமான படங்கள் கிடைக்க வழி செய்துவிட்டன. இந்தப் புத்தகத்தில் மாபெரும் சபையினரான இயக்குநர்கள் மத்தியில் அவருக்கும் ஒரு பீடம் உண்டு என்பதால் சிவாஜிகணேசன் குறித்து 'பெருங்களிறு' என்கிற தனிக் கட்டுரையை இணைத்துள்ளேன்.

இன்றைய டிஜிட்டல் யுகத்தில் 1940 ல் இருந்து தொடங்கி பெரும்பாலான படங்கள் நமக்குக் கிடைக்கின்றன என்பது மகிழ்ச்சியான ஒன்று. வருத்தம் என்னவென்றால் சில இயக்குநர்களின் புகைப்படங்கள் பொதுவெளியில் நமக்குக் கிடைப்பதில்லை என்பது தான்.

இவை கட்டுரைகளாக வெளிவந்த காலகட்டத்தில் வாசித்து கருத்துகளைப் பகிர்ந்து கொண்ட என்னுடைய அப்பா ஜானகிராமன், பத்திரிகையாளர்கள் கே.என் சிவராமன், சாவித்திரி கண்ணன், ஏழுமலை வெங்கடேசன், ஒளிப்பதிவாளர் சி.ஜெ ராஜ்குமார், நடிகர், ஒளிப்பதிவாளர் இளவரசு உட்பட நண்பர்களுக்கு என்னுடைய நன்றிகள். இயக்குநர் திரு. பீம்சிங் குறித்த கட்டுரையை வாசித்து விட்டு என்னிடம் பல தகவல்களைப் பகிர்ந்து கொண்ட எடிட்டர், இயக்குநர் திரு லெனின், இருதயநாத் பீம்சிங் இருவருக்கும் எனது வணக்கங்கள்.

கட்டுரைகளை வெளியிட்ட யாவரும்.காம் குழுவுக்கு நன்றி.

என்னுடைய எழுத்துகளுக்கு எப்போதும் உறுதுணையாக இருக்கும் எனது கணவர் அய்யப்பனுக்கு எனதன்புகள்.

சிவாஜி கணேசன் அவர்களை என் அம்மாவின் வழியே தான் தொடக்கத்தில் கண்டுகொண்டிருந்தேன். அப்படியான ரசிகை எனது அம்மா. அவர்களுக்கு எனது நன்றி.

நூலுக்குச் சிறப்பான அட்டை வடிவமைப்பைச் செய்து தந்த சந்தோஷ் நாராயணன், ஆவலுடன் பிழைத் திருத்தம் செய்த ஆர்.ஜே கோபாலன், நூல் வடிவமைப்பாளர் சந்தோஷ் கொளஞ்சி போன்றோருக்கு எனது நன்றிகள். எங்களுடைய மயூ பதிப்பகத்தின் மூலமாகப் புத்தகம் வெளிவருவதில் கூடுதல் மகிழ்ச்சி.

இந்தப் புத்தகம் எனக்குத் தந்த அனுபவத்துக்கு இணை ஏதுமில்லை. கறுப்பு வெள்ளைப் படங்களின் ரசிகையாக என்னை தக்க வைத்துக் கொண்டிருக்கும், காலத்தோடு கலந்த அத்தனை திரைப்பட மேதைகளுக்கும் எனது பணிவான வணக்கங்கள்.

ஜா.தீபா
deepaj82@gmail.com

பெருங்களிறு

"**சி**வாஜியா...? அவர் ஓவர் ஆக்டிங் பண்ணுவாரே!!" இப்படியான ஒரு கருத்தை சிரித்தபடி இன்றைய தலைமுறையினர் பலர் சொல்வதை நாம் கேட்டிருக்கக்கூடும். நடிப்பென்பது எப்படி அமைய வேண்டும் என்று கேட்டால், அவர்கள் சொல்லும் பதில் 'யதார்த்தமாக இருக்க வேண்டும்' என்பது. சரி... யதார்த்தமான நடிப்பு என்றால் எப்படி இருக்க வேண்டும்? என்று அடுத்த கேள்வி கேட்டால், அவர்கள் அதற்கு சிலரை கைகாட்டுவார்கள். அறிவார்ந்த திரைப்பட ஆர்வலர்கள் என்றால், அயல்நாட்டு நடிகர்கள் சிலரைச் சொல்வார்கள். ஆனால் அவர்களால் யதார்த்தமான நடிப்புக்கு ஒரு சாதாரண விளக்கம் கூட தர இயலாது.

சிவாஜி அவர்கள் மிகை நடிப்பைக் கொண்டிருப்பவரா என்று கேட்டால்.. ஆமாம் என்று சொல்ல முடியும். ஆனால் அந்த நடிப்பை ரசிக்க வைத்தார். தான் என்ன செய்கிறோம் என்பதை உணர்ந்து செய்தவர். தன்னை அவர் சிவாஜி கணேசனாக கருதிக் கொள்ளாமல் கதாபாத்திரமாகக் கண்டுணர்ந்தவர். ஏற்று நடிக்கும் கதாபாத்திரம் தன் உணர்ச்சிகளை எந்த அளவில் வெளிப்படுத்தும் என்பதைப் பொறுத்து, அவரது நடிப்பை வெளிக்காட்டுபவர்.

மேடை நாடகக்காலம் தொடங்கி குக்கிராமங்களில் இருந்தெல்லாம் கூட நாடகத்தில் நடிப்பதற்காக எத்தனையோ பேர் நகரத்தை நோக்கி ஓடி வந்திருக்கிறார்கள். நூற்றாண்டுகள்

கடந்தும் இன்றும் இது மாறவில்லை. இப்போதும் ஒரு நாளைக்கு சென்னையை நோக்கி வருகிறவர்களில், நடிப்பின் மீது கொண்ட ஆசையினால் வந்திறங்குபவர்கள் உண்டு. இப்படியான.. எப்போதும் போட்டி கொண்ட ஒரு தொழிலுக்கு, கணேசன் என்பவர் சூரக்கோட்டையில் இருந்து கிளம்பி வருகிறார். நாடகங்களில் வேடங்கள் கிடைக்கின்றன. திரைப்படத்தில் நடிக்கும் ஆர்வம் ஏற்பட எஸ்.எஸ். வாசன் அவர்களின் முன்பாக போய் நிற்கிறார். அவர் கேட்டது சாதாரண வேடம். வாசனுக்கு சிவாஜி மீது நம்பிக்கையில்லை. மெல்லிய மாறுகண் கொண்ட ஒருவரால் உணர்வுகளைக் கண்களில் வெளிப்படுத்த முடியாது என்று திருப்பி அனுப்பி விடுகிறாரர். "நீ சினிமாவுக்கு லாயக்கில்லப்பா..வேறு வேலை பாரேன்" என்ற அறிவுரையை எடுத்துக் கொண்டு சிவாஜி அமைதியாகியிருக்கவில்லை. பராசக்தியில் வாய்ப்பினைப் பெற்றார்.

பராசக்தி படத்தின் நீதிமன்றக் காட்சிகளின் வசனங்கள் நமக்கு நினைவில் இருக்கும். ஆனால் அந்த வசனத்தில் எந்த நொடியில் சிவாஜியின் கண்களில் கண்ணீர் கோர்த்தது என்பதும், ததும்பியது என்பதும் கண்களைத் தாண்டியது என்பதும் நமக்கு நினைவில் இருக்காது. அவை மிக இயல்பாக.. உறுத்தாமல் வெளி வந்த கண்ணீர். கண்களை அகல விரித்து அந்தக் கண்ணீரை, அவர் அப்படியே கண்களுக்குள் மிதக்க வைத்திருப்பார். இதற்கு அவர் நாடகங்களில் எடுத்த பயிற்சி காரணமாக இருந்திருக்கலாம்.

ஒரு ஓவியனும், பாடகனும் பார்த்த மாத்திரத்தில் இந்தத் திறமையைக் கொண்டிருக்கிறார்கள் என்பதை எப்படி அறிந்து கொள்ளமுடியும்? விரலில் தூரிகை உறவாடும்போதும், பாடகன் பாடும்போதும் தானே அவர்கள் திறமை தெரியும். ஆனால் நடிகர்களுக்கான சாபக்கேடு, பார்த்த மாத்திரத்தில் அவர்கள் நல்ல நடிகர்கள் என்று தெரிந்து விட வேண்டுமென்பது.

இதற்காகத் தான் எந்தவொரு சிறந்த நடிகரும் தங்களுக்குக் கிடைக்கப்பெறும் முதல் வாய்ப்பினைத் தவறவிடுவதில்லை. பராசக்தியில் தனது திறமையைக் கோடிட்டு மட்டுமே காட்டியிருக்கிறார் சிவாஜி என்பது, பின்னாட்களில் அவர் நடித்த மற்றத் திரைப்படங்களைப் பார்க்கிறபோது புரிந்து கொள்ள முடிகிறது.

தமிழ்நாட்டில் சிவாஜியைப் போல பல்வேறு தரப்பட்ட கதாபாத்திரங்களை ஏற்று நடித்த நடிகர்களை நாம் பார்க்க முடியாது. பாடல்களில் சில சிவாஜியால் மட்டுமே பாரம் தாங்கக்கூடியதாய் அமைந்திருக்கிறது. உதாரணத்திற்கு 'ஆறு மனமே ஆறு' பாடலைச் சொல்லலாம். விரக்தியான மனநிலையில் உள்ள ஒருவன் ஒவ்வொரு கட்டமாகக் கடந்து, இறுதியில் பக்குவப்படுகிறான் என்கிற ஐந்து நிமிட பாடல் காட்சியில், அவர் காட்டிய உடல்மொழியும், முக பாவங்களும்..எந்த அயல்நாட்டு நடிகரை இதில் நாம் இணையாக சொல்ல முடியும்?

கலைஞன் என்பவன் அந்த மண்ணுக்கானவன். இங்கிருந்து உருவாகி இங்குள்ளவர்களுக்காக தன் திறமையை பறைசாற்றுபவன். சிவாஜி இந்த மண்ணின் மனிதர்களை நன்றாக உள்வாங்கியவர். ஒரு தங்கைக்காக அண்ணன் எத்தனை தூரம் தன்னை விட்டுக் கொடுப்பான் என்பதை சிவாஜி அறிந்திருந்தார். 'கை வீசம்மா கை வீசு' என்று பாடியபடி அவர் பாசமலரில் அழுவது இன்றைய தலைமுறையினருக்கு சிரிப்பாகத் தோன்றலாம். அனால் முழு படத்தையும் பார்க்கும் ஒருவர், அந்தக் காட்சி வரும்போது அழுவது என்பது சிவாஜியின் நடிப்பினால் அல்ல, தன் சகோதர சகோதரியை நினைத்து.. இந்த ஏக்கத்தினை, துக்கத்தை உள்வாங்கிய நடிகரால்தான் பார்வையாளர்களுக்குள் கடத்தமுடியும்.

ஒரு தெருக்கூத்து நடனம் ஆடவேண்டும் என்பதற்காக சிவாஜி பயிற்சி பட்டறைக்கு சென்றதாக செய்திகள் இல்லை. இரவு முழுவதும் கண்விழித்து பார்த்து அடிமனதில் தேக்கியிருந்த கூத்துகள், அவர் உடல் மூலமாக வெளிப்பட்டிருக்கின்றன. 'நவராத்திரி' படத்தில் வருகிற அந்தத் தெருக்கூத்து பாடல் காட்சிக்கு முன்பும் பின்புமான சிவாஜியை நினைவிருக்கிறதா? அந்தப் பணிவும்,துணிச்சலும் அகங்காரம் அற்று சாவித்திரியிடம் கெஞ்சுகிற அந்தத் தொனியும், 'நீ தான்மா என் குலசாமி' என்று கையெடுத்து கும்பிடுகிறபோது.. இந்த மனிதர் தானே 'தில்லானா மோகனாம்பாள்' படத்தில் ஒரு வேட்டு சத்தத்திற்கு மத்தியில் என் நாதஸ்வரம் இசைக்காது என்று சீற்றத்துடன் எழுந்து போகும் சிக்கல் சண்முகனார்.

அந்தக் கூத்துக் கலைஞரையும், இந்த நாதஸ்வரக் கலைஞரையும் அருகருகில் வைத்துப் பார்த்தால்.. ஒரே வார்ப்பில் வெளிவந்த ஒரே அச்சுகள் என்றா சொல்ல முடியும்? இரண்டு கலைஞர்களின் மனநிலையை அவர் உள்வாங்கியிருந்தால் மட்டுமே இப்படி இரு கூறாக வெளிப்படுத்த இயலும்.

இவ்வளவு ஏன்? ஒரு மனிதர் தன வாழ்நாள் முழுக்க புகைபிடித்தால் கூட, இவர் போல் இலாவகமாக புகைக்க இயலாது. அத்தனை விதவிதமான பாணிகளை புகைபிடிப்பதில் தந்திருப்பார். ஒருபுறம் எம்ஜிஆரும், எஸ்எஸ்ஆரும் இது மாதிரியான புகைபிடிக்கும் காட்சிகளில் நடிக்கக்கூட மாட்டோம் என்று சொல்லிக் கொண்டிருக்க, மொத்தமாய் குத்தகை எடுத்துக் கொண்டார் சிவாஜி. இதைச் சொல்வது கொஞ்சம் மிகை தான் என்றாலும், காட்சியின் தன்மைக்கேற்ப அவர் சிகரெட்டில் இருந்து வெளிப்படும் புகையையும் கூட தனது கட்டுப்பாட்டில் வைத்துக் கொண்டாரோ என்று கூட தோன்றும். ஏனெனில் அந்தப் புகைகளை பிராதனப்படுத்த அதற்கென்று சில படங்களில் ஒளியமைப்பும் செய்திருப்பார்கள். 'பார்த்த ஞாபகம் இல்லையோ' பாட்டிலும், 'யார் அந்த நிலவு' பாடலிலும், நவராத்திரியின் கடைசி காட்சியில் காவல்துறை அதிகாரியாக புகைபிடிப்பதிலும், பாரிஸ்டர் ரஜினிகாந்தாக புகையை வெளிவிடுவதிலும் அவர் காட்டிய வித்தியாசங்கள் சாதாரணமாக வரக்கூடியது அல்ல, அது பயிற்சியினால் வெளிப்படக் கூடியது.

கர்ணன், வீரபாண்டியகட்டபொம்மன், ராஜராஜசோழன் என மன்னர் கதாபாத்திரங்களை அவர் ஏற்று நடிக்கையில்.. அந்த ஒப்பனையும், கீரிடமும், உடையும் ஒன்று தான். ஆனால் அதற்குள் அவர் காட்டிய நடிப்புத் திறனே அவரை சோழனாகவும், கட்டபொம்மனாகவும், கர்ணனாகவும் நினைக்க வைத்தது.

தனது வாழ்நாளின் இறுதிவரை நடிப்பை ஒரு பயிற்சியாகக் கொண்டிருந்தவர் சிவாஜி. பெண்களை மயக்கும் ஒருவராக, கடனாளியாக, குடிகாரனாக, திருடனாக, துரோகம் செய்பவராக, கொலைகாரராக ஒரு கதாநாயகன் நடிக்க முடியும் என்றும், அதற்கு நியாயம் செய்ய முடியும் என்றும், தொடர்ந்து தனது படங்கள் மூலம் நிரூபித்த நடிகர்கள் தமிழ்நாட்டில் இல்லை எனலாம்.

இயக்குநருக்கும், எழுத்தாளருக்குமான நடிகராக எப்போதும் சிவாஜி இருந்திருக்கிறார். எப்படியான சிக்கலான கதாபாத்திரங்களாக இருந்தாலும் சிவாஜி அதற்கு பொருந்துவார் என்கிற எண்ணம் தான் நமக்கு விதவிதமான கதைகளைத் தந்திருக்கின்றன.

சிவாஜி நடித்த பக்திப் படங்களைப் பற்றி சொல்லியே ஆக வேண்டும். தமிழ் சினிமா தொடங்கிய காலந்தொட்டு புராணமும், பக்திப் படங்களும் தொடர்ந்தபடி இருந்தன. ஏ.பி நாகராஜன் நமக்குக் காட்டியதோ வித்தியாசமான பக்திப் படங்கள். ஏ.பி.என் படங்களின் கடவுள்கள் நம்மைப் போன்ற சகஜமான மனநிலை கொண்டவர்களாக இருப்பார்கள். அவர்கள் கோபம் கொள்வார்கள், எரிச்சலுருவார்கள், மற்ற கடவுள்களைக் கிண்டல் செய்வார்கள்..இதோடு நம்மை அவர்கள் கடவுளர்கள் தான் என்று நம்பவும் செய்து விடுவார்கள்.

ஏ.பி.என் கடவுள்களின் 'இத்தனை' தகுதிகளுக்கும் நம்பியது சிவாஜியைத் தான். கடவுளாய் நடிப்பதென்பது சாதாரணமல்ல. நுட்பமான ஒன்றையும் கவனிக்க வேண்டும். பெரியாரின் தீவிர தொண்டனாய், முதல் படத்திலேயே கலைஞரின் பகுத்தறிவு வசனங்களைப் பேசித் திரைத்துறைக்குள் நுழைந்த ஒருவரை... மக்கள் கடவுளாய் ஏற்றுக் கொள்கிறார்கள் என்றால், அது தனிப்பட்ட முறையில் சிவாஜியின் நடிப்புக்குக் கிடைத்த பெரும் அங்கீகாரம்.

ஒரு நடிகருக்கு மிகப்பெரிய சொத்து என்பது அவர்களது குரல். சிவாஜியின் நடிப்பைப் போன்றே அவரது குரல் வளம் குறித்து தனிக்கட்டுரையே எழுத முடியும். நவராத்திரி படத்தில் ஒன்பது வேடங்களில் நடித்தது அவரது உ டல் மட்டுமல்ல, குரல்களும் தான். சிங்காரமான மொழிநடையும், வெள்ளந்தியான பேச்சும், ஆங்கிலக் கலப்பில் பேசியதும், கம்பீரமான சிரிப்பினை வெடிக்க வைத்து கர்ஜித்ததும் .ஒரே குரலின் அசாத்தியமான பரிமாணங்கள்.

ஒரு கலைஞன் நம்மிடமிருந்து விடைபெறும்போது வெற்றிடத்தை விட்டுச் செல்கிறார்.

சிவாஜி நமக்கு விட்டுச்சென்றது ஒருபோதும் நிரப்ப முடியாத ஒரு வெற்றிடம்...

எப்படி ஒரு நடிகர் தன்னை இறுதி வரைக்கும் அப்படியே தக்க வைத்துக் கொண்டிருக்க முடியும்? இதற்கு எனக்குத் தெரிந்த பதில் அவருக்கு தொழிலின் மீது இருக்கும் அளவு கடந்த பக்தி என்பதே.

அவருடைய சுயசரிதையை, டி.வி நாராயண சாமி என்பவர் எழுதியிருந்ததை சில வருடங்களுக்கு முன்பு வாசித்திருக்கிறேன். அதில் சிவாஜி அவர்களின் ஒரு வாழ்க்கை சம்பவமாக சொல்வது, நாடகக் கம்பெனியில் ஒருமுறை வேலை இல்லாத சமயம். சாப்பாட்டுக்கு பிரச்சனை ஏற்படுகிறது. எப்படியோ கொஞ்சம் அரிசி கிடைக்கிறது. அடுத்தவேளை உணவு அரை வயிறுக்காவது கிடைத்திருக்கிறதே என்ற நிம்மதியில் இருக்கும்போது, அதில் மண்ணெண்ணெய் கொட்டி விடுகிறது. அவர்கள் அதனையும் தண்ணீரில் பலமுறை அலசி வடித்து சாப்பிடுகிறார்கள். அந்த மண்ணெண்ணெய் தோய்ந்த உணவின் சுவாசம் தன்னை துரத்திக் கொண்டே இருந்ததாக சிவாஜி சொல்கிறார்.

அது போன்ற பல சுவாசங்கள் தான் சிவாஜியை நமக்கு நடிகர் திலகமாகத் தந்திருக்கிறது.

தாதா மிராசி

தமிழ் சினிமாவின் 'ட்ரெண்ட் செட்டர்களுள்' ஒருவராக இயக்குநர் தாதா மிராசியைச் சொல்ல முடியும். மேற்கு வங்கத்தைச் சேர்ந்தவர். மேற்கு வங்கம் எப்போதுமே அதன் நாடகங்களுக்கும் இலக்கியத்துக்கும் பெயர் பெற்றது. இலக்கியத்தில் இருந்து திரைப்படங்களை நமக்குத் தந்துகொண்டிருப்பது. தாதா மிராசியின் படங்களிலும் இந்த அம்சங்களைப் பார்க்க இயலும். தொடக்கத்தில் ஒரே மாதிரியான கதைக்களங்களைக் கொண்ட படங்களை இவர் எடுத்திருந்தாலும், தன்னுடைய போக்கினை ஒருகட்டத்தில் மாற்றிக் கொள்கிறார். வங்காளத் திரையுலகம் தன்னை மாற்றிக் கொண்டு வெவ்வேறு விதமான கதைகளைச் சொல்ல முற்பட்டபோது தாதா மிராசி எழுதி, இயக்கியத் தமிழ்ப்படங்களிலும் அது வெளிப்பட்டது.

தாதா மிராசி திரைப்படங்களை இயக்குவதற்கு முன்பாக திரைக்கதைகள் மட்டுமே எழுதிய படங்கள் வெளிவந்திருக்கின்றன. இவருடைய படங்களில் ஒரு முழுமையான 'வாழ்க்கையைப்' பார்க்க இயலும். அதற்காக எந்தக் கதையையும் ஆதியில் இருந்து தொடங்க மாட்டார். ஒரு ஊரில் ஒருவர் இருந்தார் என்கிற ரீதியிலான கதை அல்ல. கதை அதன் ஓட்டத்தின் இடையில் தொடங்கும். நாம் அதோடு இணைந்து கொள்கையில், கதையின் முன்னும் பின்னுமான காட்சிகளை சொல்லிக் கொண்டே போவார்.

இவருடைய இயக்கத்தில் புதிய பறவை' தமிழ்சினிமாவின் எப்போதைக்குமான 'கிளாசிக்'. ஆங்கிலப் படமான Chase a Crooked Shadow படத்தின் தழுவலாக, உத்தம் குமார் நடித்து.. வங்காளத்தில் 'சேஷ் அங்கா' என்ற பெயரில் வெளிவந்திருந்தது. இதனை பிரபல இயக்குநர் ஹரிதாஸ் பட்டாச்சாரியா இயக்கியிருந்தார். படம் அங்கு வெற்றி பெற்றது. அதைத் தமிழுக்கு கொண்டு வந்தார் தாதா மிராசி. 'சேஷ் அங்கா' படம் இன்றளவும் இறுதிக் கட்டத்தில் இடம்பெற்றிருந்த நீதிமன்றக் காட்சிகளுக்காகப் பேசப்படுகிறது. ஆனால் தாதா மிராசியோ.. ஒரே வீட்டுக்குள் கதையை அதன் வேகம் குறையாமல் எடுத்திருந்தார். இறுதிக்காட்சியும் வீட்டினுள் தான். ஆரூர் தாசின் மறக்கமுடியாத வசனத்தில், விஸ்வநாதன் ராமமூர்த்தி இசையில் அற்புதமான பாடல்களோடு தமிழில் 'புதிய பறவை' பெரும் வெற்றி. திரில்லர் வகைப் படம் என்றபோதிலும், காதல் பட வரிசையிலும் வைக்கப்படுகிறது. கறுப்பு வெள்ளைக் கால படங்களில் வெகு சில இயக்குநர்களே படத்திற்கான ஒரு மனநிலையைத் தக்க வைப்பார்கள். ஒரு ஷாட்டைப் பார்த்தால் கூட, எந்த இயக்குநர் எடுத்தத் திரைப்படம் என்று சொல்லுமளவுக்கான உருவாக்கத்தை வெகு சில இயக்குநர்களிடம் தான் காண முடிந்திருக்கிறது. தாதா மிராசியின் மற்றப்படங்கள் தனிப்பட்ட உருவாக்கத்தினைப் பெற்றவை அல்ல. ஒரே மாதிரியான கோணங்கள்தான் படங்களில் அமைந்திருக்கும்.

ஆனால், மற்ற படங்களில் தவறவிட்ட உருவாக்கத்தை 'புதிய பறவை'யில் கொண்டு வந்திருப்பார். அந்தப் படத்தின் ஒரு ஷாட் போதும்.. இது புதிய பறவை என்று சொல்லிவிட முடியும். சிவாஜி கணேசன் அவர்களின் சொந்தத் தயாரிப்பு இந்தப் படம். நாயகன் கொலைகாரன் என்பதே படத்தின் முடிச்சு. இந்தப் படத்தினை சிவாஜி ஏற்றுக்கொண்டதன் காரணம்.. கதையின் அமைப்பும், அதில் தன் திறமையைக் காட்டிவிட முடியும் என்கிற நம்பிக்கையுமாகத் தான் இருக்க முடியும். கதைக்குள் சௌகார்ஜானகியும், எம்ஆர் ராதாவும் வந்த பிறகு சிவாஜியின் தவிப்பும், மன உளைச்சலும், பார்க்கும் ஒவ்வொருவரையும் பாதித்தது.

இறுதிக் காட்சியில் சிவாஜி நடித்திருந்த அளவுக்கு அவரது குரலும் நடித்திருந்தது. தன் மனைவியைக் கொலை செய்த பிறகு

நடந்ததை அவர் விவரித்துக் கொண்டே இருக்க, அதைக் காட்சியில் காட்டுவார்கள். இங்கு சிவாஜியின் குரலை மட்டும் தனியாகக் கேட்க வேண்டும். அது கோபால் என்கிற கையறு நிலையில் இருக்கும் ஒரு மனிதனின் குரல். எத்தனை ஏற்ற இறக்கங்கள், பரிதவிப்புகள், கெஞ்சுதல்கள் கொண்ட குரல் அது!!

புதிய பறவை படத்தின் மனநிலையைத் தக்கவைத்த விதத்தில் பெரும்பங்கு ஒளிப்பதிவாளர் கே.எஸ் பிரசாத்துக்கு உண்டு. இந்தியத் திரைப்படங்கள் கறுப்பு வெள்ளையில் இருந்து வண்ணப்படத்துக்கு மாறுகிற காலகட்டத்தில் கே.எஸ் பிரசாத் போன்ற ஒளிப்பதிவாளர்கள் ஒரு 'ஸ்டைலை' கடைபிடித்தார்கள். அது இன்றளவும் நாம் பேசக்கூடிய ஒரு கிளாசிக் வகையாக இருக்கிறது. ஒளியின் மூலமும் கேமரா கோணங்கள் வழியாகவும் கதாபாத்திரத்தின் மனநிலையைக் காட்டுவதை முயற்சித்த ஒளிப்பதிவாளர்களில், கே.எஸ் பிரசாத்துக்கு ஒரு இடமுண்டு. 'புதிய பறவை'யில் க்ளைமாக்ஸ் காட்சியில் சிவாஜி உண்மையைச் சொல்லத் தொடங்கும் முன் வைக்கப்பட்டிருக்கும் கோணங்களையும் ஒளியமைப்பையும் இதற்கு உதாரணமாகச் சொல்லலாம். பிறகு 'பார்த்த ஞாபகம் இல்லையோ' பாட்டில் சிவாஜிக்கு வைக்கப்பட்டிருக்கும் கோணங்கள், புகையின் நடுவே தெரியும் அவரது முகம்..என முற்றிலும் வித்தியாசமான முயற்சியினை நமக்குத் தந்திருந்தார் பிரசாத். கறுப்பு வெள்ளைப் படங்களில் இருந்து வண்ணப் படங்களாக மாறுகிறபோது திரையில் ஒரு கதாபாத்திரத்தின் மனநிலையைச் சொல்ல சிவப்பு, பச்சை என ஒளியினைக் காட்டியவர் கே.எஸ் பிரசாத். குறிப்பாக புதிய பறவை படத்தில் அதைப் பார்க்க முடியும். 'எங்கே நிம்மதி' பாடல் அப்போதைய ஒளிப்பதிவில் உச்சத்தைத் தொட்ட பாடல். நிழலையும், வண்ணங்களையும், ஒளியையும்

மங்கையர் திலகம்

ஒரு உணர்வுக்காக மாற்றி மாற்றிக் காட்டி நம்மை அதிசயிக்க வைத்தப் பாடல் அது.

இப்படி இசை, ஒளிப்பதிவு, வசனங்கள், நடிப்பு, இயக்கம் என எல்லாவற்றிலும் அவரவர் பங்கினைச் சிறப்பாக வெளிப்படுத்திய புதிய பறவை படம், தாதா மிராசியை இன்றளவும் தவிர்க்க முடியாத இயக்குநராக்கிவிட்டது.

தாதா மிராசியின் படங்கள் அனைத்திலும் சில ஒற்றுமைகளைப் பார்க்க இயலும். மிராசியே எழுதிய கதை, வேறு மொழியில் இருந்து ரீமேக் செய்தது, வேறு கதையாசிரியர்களிடமிருந்து பெற்ற கதைகள் எதுவாக இருந்தாலும்.. அதில் ஒரு அம்சத்தைத் தொடர்ந்து கவனிக்க இயலும். எல்லாக் கதைகளிலும் குற்றஉணர்வு என்பது கதையின் அடிநாதமாக அமைந்திருக்கும்.

'மூன்று தெய்வங்கள்' படத்தினை எடுத்துக் கொள்ளலாம். ஒரு வீட்டில் திருடுவதற்காக சிறையில் இருந்து தப்பித்த மூன்று கைதிகள் நுழைவார்கள். இவர்கள் கைதிகள், திருடர்கள் என்பதை அறியாமல் அந்த வீட்டில் உள்ளவர்கள் இவர்களை விருந்தாளியாக நடத்துவார்கள். அந்த வீட்டின் உறுப்பினர்களாகவே கைதிகள் மாறிவிடுவார்கள். ஆனாலும், சிறைச்சாலையில் இருந்து வந்தவர்கள், நம்மை இவர்கள் குடும்பத்தின் பிள்ளைகள் போல

நடத்துகிறார்களே என்பதை நினைத்து, ஒவ்வொரு கணமும் குற்ற உணர்வில் மருகுவார்கள்.

அதே போல 'இரத்தத்திலகம்' படம். தேசத்துக்காக ஒருவரைக் கொலை செய்துவிடும் இராணுவ வீரர், தன்னால் கொலை செய்யப்பட்டவரின் வீடு என்று தெரியாமலேயே தஞ்சம் புகுவார். தெரியவந்தவுடன் ஏற்படும் குற்றவுணர்வு, கதையை அடுத்தக் கட்டத்துக்கு நகர்த்திச் செல்லும். அதே போல தன் காதலி தேசத்துரோகியாகிவிட்டாள் என வெறுக்கும் நாயகன் அவள் அப்படியானவள் அல்ல என்று தெரிய வந்தபோது ஏற்படும் குற்றவுணர்வு என கதையின் மையமே இந்த உணர்வில் தான் எழுதப்பட்டிருக்கும்.

மனைவியைக் கொலை செய்துவிட்டு அதனை மறைத்துக் கொண்டு மற்றொரு பெண்ணுடன் காதலில் விழுகிற ஒருவனின் குற்றவுணர்வு தான் 'புதிய பறவை'.

தான் ஏமாற்றியது தெரிந்ததும், தற்கொலைக்கு முயன்ற காதலியை குற்ற உணர்வு காரணமாக காதலன் மீட்கப் போராடுவது - 'பூவும் பொட்டும்'.

தன்னால் விபத்துக்குள்ளாகி மனநிலை பாதிக்கப்பட்ட ஒருவருக்கு பாதுகாவலராக வேலை செய்ய, அந்த வீட்டுக்கே வந்து பணிவிடை செய்யும் ஒரு கதாபாத்திரம் ஜெய்ஷங்கருக்கு 'ராஜா வீட்டுப் பிள்ளை' படத்தில்.

இவை சில 'குற்ற உணர்வின்' உதாரணங்கள்.

மற்றொரு ஒற்றுமை, இவருடைய எந்தப் படமும் எந்த ஒரு சலசலப்புமின்றி சாதாரணமாகவே தொடங்கும். காதல்காட்சிகள், நகைச்சுவை, பாடல்கள் என்று பொழுதுபோக்கிற்கான அத்தனையும் இடம்பெற்றிருக்கும். இந்தக் கதையில் என்ன பிரச்சனை ஏற்பட்டு விடப்போகிறது என்று நம்மால் யூகிக்கவே முடியாத நிகழ்வுகளைச் சொல்லிக் கொண்டே போவார். சட்டென்று ஒரு அசாதாரண சூழல் ஏற்பட்டபின் கதையின் தன்மை அப்படியே மாறிவிடும்.

இந்தக் கதாபாத்திரம் இந்தச் செயலை செய்யாது என்று நாம் நினைத்துக் கொண்டிருக்கும்போது, அந்த எதிர்பாராத செயலை அந்தக் கதாபாத்திரம் செய்யும் அல்லது செய்திருக்கும்.

'அண்ணாவின் ஆசை' படத்தில் அண்ணன் நேர்மையானவர். நீதிக்கும், நல்ஒழுக்கத்துக்கும் பெயர் வாங்கியவர். அப்படியான ஒருவர், தன் தம்பிக்காக இறந்தது போல் நடித்து இன்சூரன்ஸ் பணத்தைப் பெற்றுத் தருவார்.

'புதிய பறவை'யில் சிவாஜி கணேசன் கலாரசிகனாக வருவார். எல்லாரிடமும் அன்பைக் காட்டும் ஒருவர். காதலன். இவர் தான் மனைவியைக் கொலை செய்திருப்பார்.

தேசத்தைத் தன் உயிர் போல் நினைக்கும் ஒரு பெண், சீனா — இந்தியப் போரின் போது ஒரு சீன தேசத்தவனை மணப்பது என்பது ரத்தத்திலகத்தின் கதை.

இப்படி நாம் முற்றிலும் எதிர்பாராதத் திருப்பங்கள் அந்தக் கதாபாத்திரத்தின் மூலமாக நடக்கும். சொல்லப்போனால் அந்தக் கதாபாத்திரத்தை எவ்வளவு உயர்வாக காட்டுகிறார்களோ அதற்கு நேர்மாறாய் அவர்கள் நடந்து கொள்வதும், அதற்கு பின்னணியில் இருக்கும் நியாயமுமே கதைகளாக இவரது படங்களில் அமைந்திருக்கின்றன. இது தவிர இவருடைய படங்களில் தொடர்ந்து அப்போதைய நாட்டு நடப்பு விஷயங்களை இடைச்செருகலாக சொல்லிக் கொண்டிருப்பார். இந்திய சீன யுத்தம், பீகார் பஞ்சம், இன்சூரன்ஸ் பற்றிய பிரச்சாரம் இப்படியாக.

இவருடைய இயக்கத்தில் வெளிவந்த படங்களைத் தொடர்ந்து பார்க்கையில், வெவ்வேறு கதைக் களத்தை கையாண்டிருக்கிறார் என்பது புரியும். எந்தக் காட்சியும் அனாவசியமானது என்று சொல்லிவிட முடியாத அளவுக்கு ஒரு நேர்த்தி இவருடைய படங்களில் உண்டு. ஒரு கதாபாத்திரத்தை அறிமுகம் செய்யும்போதே அதன் தன்மையையும், கதையில் அந்தக் கதாபாத்திரத்தின் பங்களிப்பு என்னவாக இருக்கப்போகிறது என்பதையும் சொல்லிவிடக்கூடியவர். 'பூவும் பொட்டும்' படத்தில் பானுமதி அதற்கு முன்பு ஏற்றிராத கதாபாத்திரம். தன்னுடைய பதின்பருவ மகளை பார்ட்டிக்கு தயார் செய்யும்

காட்சியில் அறிமுகமாவார் “சேச்சே...புழுக்கமா இருக்கு...மேக் அப் எல்லாம் கலைஞ்சு போயிடும் போல இருக்கு. வீடு முழுக்க ஏர் கண்டிஷன் பண்ணுங்கன்னு உங்க அப்பாக்கிட்டக் கேக்கறேன். நான் சொல்றதை அவர் கேட்டாதானே ?” என்று அறிமுகமாகும் கதாபாத்திரம். பானுமதி வருகிற காட்சிகள் அத்தனையும் ரசிக்கலாம். முதல் காட்சியிலேயே பானுமதி எப்படியான குணம் கொண்டவர் என்பதைக் காட்டிவிடும். படபடவென பேசும் பானுமதியை அப்படியே பயன்படுத்திய படம் இது.

புதிய பறவைக்கு முன் பின் என்று தாதா மிராசியின் படங்களில் வித்தியாசத்தை உணர முடியும். புதிய பறவைக்கு பின்பு இவர் இயக்கியத் திரைப்படங்களில் கதைகளுக்கு முக்கியத்துவம் தந்திருந்தார். கதை ஒரே ‘ட்ராக்கில்’ செல்லாமல் பல்வேறு துணைக் கதைகள், ஒரு சிறிய சஸ்பென்ஸ் இவற்றோடு கதையை அமைத்துக் கொண்டார். அடுத்து என்ன நடக்கும் என்பதை முன்வைத்தே திரைக்கதை எழுதியிருக்கிறார். அதற்குத் தகுந்தாற்போல கதைக்களத்தைத் தேர்ந்தெடுத்திருக்கிறார். ஆனாலும் கூட தாதா மிராசி என்றால் புதிய பறவை தான் நினைவுக்கு வருகிறது.

இந்தியிலும் படம் இயக்கியிருக்கிறார். அறுபதுகளில் அடுத்தடுத்து படம் இயக்கியவர், எந்தக் காரணத்தாலோ இயக்குவதை குறைத்துக் கொண்டார். தாதா மிராசியைக் குறித்தத் தனிப்பட்ட தகவல்கள் எதுவும் கிடைக்கவில்லை. அவருடைய புகைப்படமும் நமக்குக் கிடைப்பதில்லை.

இவருடைய கதைகள், காட்சிகள் காலத்திற்கு ஏற்றது போல மாற்றப்பட்டு பின்னாட்களில் பல்வேறு படங்களில் பயன்படுத்தப்பட்டிருப்பதைப் பார்க்க முடிகிறது. தாதா மிராசி என்பவர் நேர்த்தியான ‘ஸ்டைலிஷ்’ இயக்குநர் என்பதைக் கடந்து, தான் நம்பும் ஒன்றை சொல்ல விழைந்தவர் என்று சொல்ல முடியும். சூழலால் குற்றம் செய்தவர்கள் கூட, தங்கள் மனசாட்சிக்கு பதில் சொல்ல வேண்டியிருக்கும். தவறு செய்வதை நல்ல மனம் கொண்டவர்கள் வெறுக்கிறார்கள் என்பதையே அவர் மீண்டும் மீண்டும் சொல்ல நினைத்திருக்கிறார். அந்த வகையில் அபூர்வமான ஒரு இயக்குநர் தான் தாதா மிராசி.

பி.ஆர். பந்துலு

ஒரு திரைப்படம் எதனால் வணிக ரீதியான வெற்றி பெறுகிறது என்கிற துல்லியமான கணிப்பு ஒருவரிடத்திலும் இருப்பதில்லை. சில இயக்குநர்கள் மக்களின் ரசனையை கணித்து வைத்திருப்பார்கள். எதை எதிர்பார்த்து தங்களுடைய படத்துக்கு வருகிறார்கள் என்பதையும் புரிந்து கொண்டிருப்பார்கள். எப்படியான கதையாக இருந்தாலும் அதில் வெற்றி பெற்று விட முடியுமென்று தீர்மானமாய் அவர்களால் நம்ப முடியும். எடுத்துக் கொண்ட களம் எதுவாகினும் திரைக்கதையிலும், படத்தை உருவாக்கும் முறையிலும் சுவாரசியத்தை எப்படிக் கூட்ட வேண்டும் என்பதைத் தெரிந்து வைத்திருக்கும் இயக்குநர்களே, பிரபலமான படங்களைத் தந்திருக்கின்றனர். அப்படியான ஒருவராக இயக்குநர் பி.ஆர் பந்துலுவைச் சொல்ல முடியும்.

இயக்குநர் பி.ஆர் பந்துலு இந்திய சினிமாவின் மரியாதைக்குரிய படைப்பாளர். தமிழ்த் திரைப்படங்களில் அருமையான சாதனைகளைச் செய்தவர்.

பந்துலுவின் படங்களைப் பார்க்குந்தோறும் அவர் மீது மதிப்பு கூடிக்கொண்டே போகும். காரணம், தனது படங்களின் மூலம் இவர் சொல்ல விழைந்தவை தான். இவரது படங்கள் சமூகம் குறித்து பேசின.

தமிழகத்தைப் போலவே தெலுங்கு பட உலகிலும், கன்னடத்திலும் பந்துலுவின் பெயர் நிலைபெற்றிருக்கிறது.

இவரது இயக்கத்தில் வெளிவந்த பட வரிசையைப் பார்க்கையில் நாயகனை முன் வைத்து எழுதப்பட்ட வெவ்வேறு களங்களைக் கொண்ட படங்கள் என்பதை புரிந்து கொள்ளலாம். அதோடு அனைத்தையும் வெற்றி பெறவும் செய்திருக்கிறார்.

யதார்த்தமான கதை சொல்லல் பாணி தான் பந்துலுவினுடையது. ஆனால் அதில் நாம் எதிர்பாராத ஒரு கற்பனைத்தன்மை கலந்திருக்கும். ‘தங்கமலை ரகசியம்’, ‘ஆயிரத்தில் ஒருவன்’ படங்கள் காமிக்ஸ் கதையின் அம்சங்கள் நிறைந்தவை. காட்டில் மிருகங்களுக்கு இடையில் வளரும் ஒரு குழந்தை அங்கேயே வளர்ந்து தான் மனிதன் என்பதையே மறந்து போகிறான். இது ‘தங்கமலை ரகசியம்’ படம். ‘ஆயிரத்தில் ஒருவன்’ அதன் காட்சி பிரம்மாண்டத்துக்கானது. தீவு நாடுகள், அங்கு ஒரு அழகான இளவரசி, வீரம் கொண்ட அடிமைக்கும் இளவரசிக்குமான காதல், கடற் கொள்ளைக்காரர்கள், கப்பலில் நடக்கும் சண்டைகள் எனத் திரையில் ஒரு சாகசக் கதையைக் காட்டியதில் முழு வெற்றி பெற்ற இயக்குநர் பந்துலு.

இதற்குக் காரணம் நாடக உலகில் பந்துலு கொண்டிருந்த மிகுந்த அனுபவமே. கர்நாடகாவில், குப்பி வீரண்ணா போன்ற நாடக ஆளுமையிடம் பணி செய்தவர். மகாபாரதப் போரை மேடையில் நிகழ்த்த வேண்டுமெனில் குதிரைகளையும், யானைகளையும் மேடைக்கே அழைத்து வந்தவராம் குப்பி வீரண்ணா.

அந்த பிரம்மாண்டத்தினை நாம் பந்துலுவின் சரித்திர காலப் படங்களில் பார்க்க முடியும். ஆயிரத்தில் ஒருவன் படத்திற்காக கடலும், கப்பலுமாக நம் முன் காட்டியது பெரும் சாதனை. கர்ணன் படத்தின் போர்க்காட்சிகளும், அரண்மனை காட்சிகளையும் சொல்லலாம்.

கதைக்குத் தருகிற முக்கியத்துவத்தை விட சொல்ல வந்த கருத்துக்குக் காட்சிகளை மேம்படுத்துவதில் தொடர்ந்து இயங்கியிருக்கிறார். இதனை ‘சபாஷ் மீனா’, ‘பலே பாண்டியா’, ‘நாடோடி’, ‘ஆயிரத்தில் ஒருவன்’, ‘கர்ணன்’ படங்களில் பார்க்க இயலும். அதனால் ஒரு கோர்வையான கதை சொல்லல் முறையில் இவரது படங்கள் அமையாமல், சுவாரஸ்யமான காட்சிகளின்

அடுக்குகளாக அமைந்திருக்கும். இந்தப் பாணியினை அவர் தொய்வில்லாமல் செய்து வந்தார். இவரது படத்தில் ஒரு தனிக் காட்சியைப் பார்த்தாலும் நமக்கு கதை புரியும். ரசிக்கவும் முடியும். அதனால் தான் இப்போதும் இவரது படங்கள் ரசிக்கப்படுகின்றன.

சிவாஜியும், எம்ஜிஆரும் இவரது படங்களில் ஒன்றைத் தான் வலியுறுத்துவார்கள். அவை அடிமைத்தனத்துக்கு எதிரான குரல்கள். ‘தங்கமலை ரகசியம்’, ‘ஆயிரத்தில் ஒருவன்’, ‘கர்ணன்’, ‘வீரபாண்டிய கட்டபொம்மன்’ ‘கப்பலோட்டியத் தமிழன்’ போன்ற படங்கள் இதற்கு உதாரணங்கள்.

இவரது படங்களுக்கு பல எழுத்தாளர்கள் எழுதியிருக்கிறார்கள். ஆனால் கதைகள் யாவுமே உரிமைகளுக்கான குரல்களாகவே இருந்திருக்கின்றன. ஒரு இயக்குநர் தொடர்ந்து இப்படியான குரல்கள் ஒலிக்கும் திரைப்படங்களை வெற்றிகரமாக மக்களிடம் கொண்டு சேர்த்திருக்கிறார் என்றால் பி.ஆர் பந்துலுவையே முக்கியமாக சொல்ல முடியும். பத்மினி பிக்சர்ஸ் என்கிற சொந்த நிறுவனத்தின் மூலமாகவே படங்கள் இயக்கியதால், கதைத் தேர்வில் இருந்த சுதந்திரமும் காரணமாக இருந்திருக்கலாம்.

இந்தியா சுதந்திரம் அடைந்த காலகட்டத்துக்கு முன்பாக வெளிவந்த சில படங்கள், அடிமைத்தனத்துக்கும் சாதிய அடக்குமுறைக்கு எதிராகவும், வலுவாக குரல் கொடுத்திருக்கின்றன. அதற்காகவே தடை செய்யப்பட்ட படங்களும், அதனால் நஷ்டமடைந்த தயாரிப்பாளர்களும் இருந்திருக்கின்றனர். அதனால் திரையில் சமூக சீர்திருத்த கருத்துகளை சொல்வதென்பது புதிதல்ல. ஆனால் பி.ஆர் பந்துலு மற்றவர்களைக் காட்டிலும் வித்தியாசப்படுகிறார். சாதி அடக்குமுறையினை எதிர்ப்பது என்பது சுதந்திரத்துக்குப் பிறகான காலகட்டத்தில் குறிப்பிடத்தகுந்த சமூக சீர்திருத்தமாக இருந்தது. இது போன்ற கருத்துகளை படங்களில் சொல்லும்போது அதனை சரியான கலவையில் சொல்லியாக வேண்டும். ஏனெனில் அப்போதைய சமூகம் பல முனைகளால் இறுக்கப்பட்டிருந்தது. ஐம்பதுகள் தொடங்கி எழுபது வரையிலும் உள்ள தலைமுறையினர், பல்வேறு கொள்கைகளை பின்பற்றுபவர்களாக, பழமைவாதத்தினையும் கைவிட

முடியாதவர்களாக இருந்தனர். அவர்களுக்கு ஒன்றைக் கொண்டு சேர்ப்பது என்பது கவனமாகக் கையாளப்பட வேண்டியதாய் இருந்தது.

அதனால் தான் சொல்ல வந்த கருத்தை வலியுறுத்த, வெவ்வேறு விதமான கதாபாத்திரங்களை வடிவமைத்தார் பந்துலு. புத்திசாலி ஒருவன் சமூகத்தின் அவலங்களை கேள்வி கேட்பதென்பது 'ஹீரோயிசம்' ஆகிறது. இதை அவர் அப்படியே எம்ஜிஆருக்கு பொருத்தினார். அடிமைப் பெண் படத்திலும்,நாடோடியிலும் எம்ஜிஆர் எதையும் கேள்வி கேட்கும் துணிவு கொண்டிருப்பார். அதே சமயம் அப்பாவியான ஒரு கதாபாத்திரம் சமூகத்தை நோக்கி வெள்ளந்தியாக கேள்வி கேட்பது என்பது எப்போதுமே சரியான யுத்தியாக இருந்திருக்கிறது. பலே பாண்டியா, சபாஷ் மீனா படங்களின் சிவாஜிக்கள் அந்த வகையைச் சேர்ந்தவர்கள்.

கர்ணன் படத்தினைப் பற்றி மட்டுமே பக்கம் பக்கமாய் எழுத இயலும். மகாபாரதம் என்கிற மாபெரும் இதிகாசத்தில், கர்ணனைத் தனியாகத் தேர்ந்தெடுத்து, அவனுடைய கதையை சொல்ல வேண்டிய அவசியத்தை படத்தைப் பார்க்கையில் தெரிந்து கொள்ள இயலும்.

தமிழ் மக்களிடம் கர்ணனுக்கு நற்பெயர் வந்ததற்கு, கர்ணன் படம் மிகப்பெரிய காரணம். பஞ்ச பாண்டவர்கள்

என்பவர்கள் கடவுளுக்கு இணையாக வழிபடப்படுபவர்கள். அவர்களை விமர்சிப்பதற்கு ஒரு தைரியம் வேண்டும். இன்றைய காலகட்டத்தின் அரசியலில் பஞ்ச பாண்டவர்களையோ, கிருஷ்ணனையோ விமர்சித்து ஒரு படம் தகராறுகள் ஏற்படுத்தாமல் வரும் என்பதை யோசிக்க இயலுமா?

ஐம்பது ஆண்டுகளுக்கு முன்பு வந்த 'கர்ணன்'. அர்ஜுனனுக்கு எதிரான கர்ணன் என்பவன் நியாயவானாக இருந்தான் என்பதை வலியுறுத்தியது. எல்லா வாய்ப்புகளும் கொண்ட அர்ஜுனன் ஜெயித்தது முக்கியமல்ல, எல்லாவற்றையும் இழந்த, வாய்ப்புகள் மறுக்கப்பட்ட கர்ணனை, வலுவுள்ளவர்கள் முன்னேற விடாமல் செய்திருக்கிறார்கள் என்பது தானே கர்ணன் படம் சொல்லும் செய்தி.

இதைச் சொல்லும் தைரியம் பந்துலுவுக்கு இருந்திருக்கிறது. எதை எப்படி சொல்ல வேண்டும் என்று, பந்துலு தெரிந்து வைத்திருப்பதாலேயே முன்னோடி இயக்குநராக இருக்கிறார். நாம் அதன் பிரமாண்டத்துக்காகவும், சிவாஜி அவர்களின் நடிப்புக்கும், படத்தில் சொல்லப்பட்ட துரியோதனன், கர்ணன் நட்புக்காகவும், கர்ணனின் கொலை வள்ளல் தன்மைக்காகவும் கொண்டாடியிருக்கிறோம். இந்தப் படம் இவற்றை மிஞ்சி நிற்கும் செய்தியை வலியுறுத்துகிறது. கர்ணன் என்கிற கதாபாத்திரத்தின் மீது தமிழ் மக்களுக்கு பெருமதிப்பும், வாஞ்சையும் வரச் செய்தது திட்டமிட்டது உருவாக்கியதாகவே தோன்றுகிறது. 'கர்ணன்' படத்தினை ஆதரவற்றவர்களாக கைவிடப்பட்ட குழந்தைகளுக்கு சமர்ப்பணம் செய்திருக்கிறார்.

பிறப்பின் அடிப்படையில் ஒருவனை புறந்தள்ளுவது என்பது ஏற்றுக்கொள்ள முடியாது என்பதே பந்துலு நமக்குச் சொல்ல நினைத்தது. 'கர்ணன்' படத்தின் மையமுமே அது தான். படத்தின்

முக்கியக் காட்சி என்று எதை எடுத்துக் கொண்டாலும், அதன் பின்னணி இந்தக் கருத்தாகத் தான் இருக்கும்.

வில்வித்தை பயிற்சியை மக்களின் முன்பாக சபையில் அர்ச்சுனன் செய்து காட்டுகிறபோது, கர்ணன் தானும் பங்கு கொள்ள விருப்பம் தெரிவிப்பான். கர்ணனின் அந்தஸ்தை முன்நிறுத்தி அதற்கு அனுமதி மறுப்பார்கள் ஆச்சாரியர்கள்.

"நாங்கள் ஆச்சாரியர்கள். நாங்கள் வகுத்ததே தர்மம்" என்பார் துரோணர்.

"ஆச்சாரியரான நீங்கள் ஆயுதம் பயின்றது தவறு" என்ற குற்றச்சாட்டுக்கு துரோணாச்சாரியார் இப்படி சமாளிப்பார்,

"நாங்கள் கேள்விகளுக்கு அப்பாற்பட்டவர்கள்".

ஒரு சூடான வாக்குவாதம் மட்டுமல்ல இது. எந்த காலகட்டத்தின் பேசுபொருளும் கூட !.

படத்தில் மேகநாதன் என்ற சிறுவன் கர்ணனிடத்தில் பேசும் காட்சி மற்றொரு சாட்சி. தான் பள்ளிக்குப் போகமுடியாததைப் பற்றி மேகநாதன்.. ,

"படிக்கும் வயதல்லவா எனக்கு. அறிவுப்பசி எடுத்து பல பாடசாலைகளைத் தேடிப்போனேன். எங்கும் எனக்கு இடமில்லை. பிறப்பறியாதவன், அநாதை, தாழ்ந்தவன், உயர் இனத்தவருடன் படிப்பது தவறு. பாவம். போ.. என கழுத்தைப் பிடித்து தள்ளி விட்டார்கள்"

"மகனே, அரசுக்கே புத்தி சொல்லும் அறிவடா உனக்கு. உன் போன்ற குழந்தைகளுக்காக ஒரு அரசன் நாட்டிலே செய்ய வேண்டிய பலவற்றை, உன் அறிவின் மூலமாக புரிந்து கொண்டேன். அனைத்தையும் குறைவின்றி செய்து விடுகிறேன்" என்பார் கர்ணன். தாழ்த்தப்பட்ட சமூகத்தைச் சேர்ந்த ஒருவர், அதிகார மையத்துக்கு செல்கிறபோது.. தன்னை ஒத்தவர்களின் வலியை புரிந்து கொள்ள முடியும் என்பதான காட்சி இது.

துரோணர்களும், கிருபாச்சாரியர்களும் உயர் குலத்தவரான பஞ்சபாண்டவர்களுக்கு மட்டுமே ஆதரவாக நிற்கும்போது,

மேகநாதன் போன்ற அடித்தள மக்களின் அதிகார பிரதிநிதியாக, கர்ணன் இருந்தான் என்பது கவனிக்கப்பட வேண்டியதாய் இருக்கிறது. ஏனெனில் மகாபாரதத்தில் இப்படியான காட்சி இல்லை. இதனைப் படத்துக்காக சேர்த்தது நுணுக்கமான, திட்டமிட்ட அசகாய புத்திசாலித்தனம்.

இதனை இவர் ஒரு படத்தில் மட்டும் சொல்லவில்லை. 'நாடோடி' படமே சாதி அடக்குமுறைக்கு எதிரான படம் தான். அதைச் சொன்ன விதத்தில் ஒரு இயக்குநருக்கு இருந்த துணிவு தான் பேசப்பட வேண்டியது. சாதி ஒழிப்பைக் குறித்து மேடையில் பேசும் பேச்சாளர் ஒருவரின் மகள், தாழ்ந்த ஜாதியினர் ஒருவரைக் காதலிக்கிறாள் என்றதும், அவர் அதற்கு எதிர்ப்பு தெரிவிப்பார். அவள் தற்கொலை செய்து கொள்வாள். மகளின் மரணம் அவரை பாதிக்காத அளவுக்கு ஜாதி வெறி அவருக்குள் இருக்கும். அதன் பின் நடக்கும் கதை.. தமிழ் சினிமாவில் பல கதைகளுக்குத் தாக்கத்தை ஏற்படுத்தியது.

ஒரு ஆண் அப்பாவித்தனமான கண் பார்வையற்ற ஒரு பெண்ணோடு பயணம் செய்கையில், என்னென்ன இடர்பாடுகள் மற்றவர்களால் ஏற்படுகிறது என்பது தான் 'நாடோடி' கதையின் போக்கு. எம்ஜிஆரின் மற்ற படங்களில் இருந்து, நாடோடி படம் முற்றிலும் வித்தியாசமான ஆளுமையை அவருக்குத் தந்திருக்கும் என்பதை, இப்போது படம் பார்க்கையில் புரிந்து கொள்ள முடிகிறது. படம் முழுக்கவுமே ஒரு பெண்ணின் கேள்விக்கு பதில் சொல்லிக் கொண்டே இருக்கும் கதாபாத்திரம் எம்ஜிஆருக்கு.

ஒரு சாமி ஊர்வலம் நடந்து கொண்டிருக்கும். அதில் ஒரு குழப்பம் ஏற்பட்டுவிடும். ஒரே சண்டை. எம்ஜிஆர் அங்கு போகிறார். "என்ன பிரச்சனை?" என்று கேட்கிறார்.

"சாமியை நாங்க தான் தூக்கிட்டுப் போறோம்...ஆனா எங்கத் தெருப்பக்கம் வந்தா சாமிக்குத் தீட்டுப் பட்டுருமாம்"

என்றதும் எம்ஜிஆர் ஊர்ப் பெரிய மனிதர்களைப் பார்த்து

"என்னய்யா இது?"

"இதெல்லாம் பெரியவங்க சொன்னது"

“இதெல்லாம் ஒருத்தர் சொன்னா, அவங்க பெரியவங்களே இல்ல. நீர், நெருப்பு,காத்து, ஆகாயம், பூமி இதெல்லாம் பொதுவா இருக்கும்போது, அதைப் படைச்ச கடவுள் மட்டும் எப்படி ஒரு பிரிவுக்கு மட்டும் சொந்தமா இருக்க முடியும்?”

நாடோடி படத்துக்கு வசனம் - ஆர்.கே சண்முகம். கர்ணனுக்கு சக்தி கிருஷ்ணசாமி.

பலே பாண்டியா, சபாஷ் மீனா என்ற இந்த இரண்டு ஆள் மாறாட்டக் கதைகளும், இந்திய சினிமாவில் சக்கை போடு போடும் என்பதை உறுதி செய்தன. நகைச்சுவை வரிசைப் படங்களில் இவை இரண்டும் வைக்கப்பட்டாலும், இந்த இரண்டு படங்களும் அரசியல் பேசின.

‘இவ்வளவு பெரிய பங்களா உங்க ஒருத்தருக்கா சார்” என்று சிவாஜி ‘பலே பாண்டியா’வில் அப்பாவியாகக் கேட்கும்போது, “ஷ்... பங்களாக்குள்ள பாலிடிக்ஸ் பேசாத...கேர்ஃபுல்” என்று கடந்து செல்வார் எம். ஆர் ராதா.

எம்ஜிஆர் போன்ற திரையிலும், அரசியலிலும் ஆளுமைமிக்க ஒருவரை வைத்து ‘ஆயிரத்தில் ஒருவன்’ படம் எடுப்பதென்பது ஒரு துணிவே. ஏனெனில் எம்ஜிஆர் இந்தப் படத்தில் ஒரு அடிமை. ஒவ்வொரு முறையும் கையாலாகாத தனத்துடன் தோற்றுக் கொண்டே இருக்கும் ஒரு அடிமை கதாபாத்திரம் எம்ஜிஆருக்கு. ஆனால் இதை நம் புத்திக்கு எட்டவிடாமல் செய்திருக்கும் யுத்தி தான் கவனிக்கப்பட வேண்டியது. எம்ஜிஆரின் குரல் அந்தப் படத்தில் அடிமைகளின் குரலாய் ஒலித்தது என்றாலும், சுதந்திரம் பெற வேண்டுமெனில் வீரம் மட்டுமே போதாது, விவேகமும் வேண்டும் என்று வலியுறுத்தும் கதாபாத்திரமும் கூட. திரைக்கதையில் இதனை சரியாய்க் கொண்டு வந்ததாலேயே படம் இன்றளவும் பேசப்படுகிறது.

அடிமை எனும்போது அவர் கைதிகளையும் உள்வாங்கியிருக்கிறார். அதனால் தான் அவரது எல்லாப் படங்களிலும் சிறைச்சாலை காட்சிகள் தவறாமல் இடம்பெற்றிருக்கும். "வேளாவேளைக்கு சோறு வருது, கூப்ட்டவுடனே சேவகன் வர்றான்..ஏன்னா நான் அரசியல் கைதி இல்லையா?" இது குழந்தைகள் கண்ட குடியரசு படத்தில் வரும் வசனம். ஒரு படி மேலாகப் போய், இந்தப் படத்தில் அரசரை எதிர்த்துப் பேசினான் என, பத்து வயதான ஒரு சிறுவனை சிறையில் அடைத்துவிடுவார் மன்னர். தவறு செய்யாதவர்கள் கூட சிறையில் அடைக்கப்படுகிறார்கள் என்பதே, ஒவ்வொரு சிறைக்காட்சியிலும் இடம்பெற்றிருக்கும்.

குழந்தைகள் கண்ட குடியரசு படம் மூலமாக, அவருக்கு சொல்ல எவ்வளவோ இருந்திருக்கிறது. அதிகாரத்துக்கு எதிராக ஒரு நாட்டின் குழந்தைகள் எல்லாம் ஒன்றிணைந்து போராடுகிறார்கள் என்பதாக படத்தினை எடுத்திருக்கிறார்.

கப்பலோட்டிய தமிழன், வீரபாண்டிய கட்டபொம்மன் படங்களை பந்துலு இயக்குவதற்கும் படம் சொல்லிய செய்தி தான் காரணமாக அமைந்திருக்க வேண்டும். தமிழகத்தில் பல சுதந்திரப் போராட்ட வீரர்கள் இருந்திருக்கின்றனர். அவர்களில் நேரடியாக அதிகாரத்தை நோக்கி கேள்வியை முன்வைத்தவர்கள், போராடியவர்கள் என நாம் கொண்டாடுபவர்கள் கட்டபொம்மனும், வஉசியும். இவர்களைக் குறித்த படங்களை தயாரித்து இயக்கியது, பந்துலுவின் ஆழமான உந்துதல் என்றே கொள்ள வேண்டியிருக்கிறது.

நறுக்கென்று முகத்துக்கு நேராக சீறுபவர்களாக வீரபாண்டிய கட்டபொம்மனும், கப்பலோட்டிய தமிழனும், இருக்கிறார்கள். இருவருமே ஆங்கிலேயர்களை எதிர்த்து தங்கள் உடைமைகளையும், உயிரையும் இழந்தவர்கள். அந்த இழப்புக்குப் பின்புலமான அவர்களது சுயமரியாதையை படம் எடுத்துக் காட்டியது. கட்டபொம்மன் குறித்த வெவ்வேறு விதமான ஆய்வுகள் தமிழில் உள்ளன. கட்டபொம்மனைக் குறித்து கூடுதலாகவே 'வீரபாண்டிய கட்டபொம்மன்' சொல்லிவிட்டது என்றும் ஆதாரங்களோடு முன்வைக்கிறார்கள். ஆனால் பந்துலு இந்தப்

படத்தை இயக்கிய விதமென்பது ‘நம்மிடத்திலும் எதற்கும் அஞ் சாத வீரர் இருந்திருக்கிறார்’ என்று சொல்வதாக மட்டுமே எடுத்துக் கொள்ள வேண்டியிருக்கிறது. இந்த இரண்டு படங்களுக்குப் பிறகு, தமிழகத்தில் இன்றளவும் இந்த இருவரும் விடுதலை வீரர்களாக நிலைபெற்றிருக்கிறார்கள் என்பது மிகையில்லாத கருத்து.. சினிமாவின் மாபெரும் தாக்கம் இது.

‘கப்பலோட்டிய தமிழன்’ படத்தைத் தவிர வசூலில் அனைத்துப் படங்களுமே வெற்றி. சேர்த்து வைத்து கப்பலோட்டிய தமிழன் ஒரு காவியமாக நமக்கு இன்று மாறியிருக்கிறது.

பந்துலுவின் படங்களுக்கு தாதாமிராசி கதைகள் எழுதியுள்ளார். ‘பலே பாண்டியா’, ‘சபாஷ் மீனா’ குழந்தைகள் கண்ட குடியரசு இவற்றுக்கெல்லாம் கதை தாதா மிராசி. மிக முக்கியமாய் பந்துலு அவர்களின் படங்களில் வியப்பை ஏற்படுத்துவது படத்தின் வசனங்கள். ஆர். கே. சண்முகம், மா.ரா, விந்தன் என எழுத்தாளர்கள் எழுதியிருந்தாலும் வசனங்களின் தன்மை ஒன்று போலவே இருப்பதைப் பார்க்க இயலும். மிக யதார்த்தமான நவீனத்துவம் கொண்ட வசனங்கள்.

அரண்மனையிலே வளர்ந்த சித்தார்த்தன் வெளியுலகத்தைத் தரிசிக்கும்போது ‘இத்தனை துயரங்கள் நிறைந்ததா மனித வாழ்க்கை’ என்று உணர்த்து கொண்டு பிறகு புத்தனாகிறான். ‘சபாஷ் மீனா’ படத்தின் மையமும் இதுவே தான். செல்ல மகனாக வளரும் சிவாஜி, வாழ்க்கையின் போக்கில் வறுமையை உணருகிறபோது, தன்னைச் சுற்றிய உலகத்தின் ஏற்றத் தாழ்வுகளை புரிந்து கொள்கிறான். இதில் இந்தக் கதாபாத்திரத்துக்கு கிடைக்கும் போதிமரம்.. அவனுடைய காதலி.

இவரது படங்களில் வருகிற பெண் கதாபாத்திரங்கள் வலு கொண்டவர்கள். எதையும் கேள்வி கேட்பவர்கள். முக்கியமாய் கதாநாயகனை வழி நடத்துபவர்கள். பலே பாண்டியா படத்தில் தற்கொலை செய்து கொள்ள நினைக்கும் ஒருவனுக்கு, நம்பிக்கையைத் தரும் கதாபாத்திரம் தேவிகாவுக்கு.

நாடோடி படத்தில் சாதிப் பெருமைப் பேசும் அப்பாவை எதிர்க்கும் கதாபாத்திரம் சரோஜா தேவிக்கு.

லிங்கப்பா, ஜி. ராமநாதன், விஸ்வநாதன் ராமமூர்த்தி என அப்போதிருந்த இசையமைப்பாளர்கள் இவரது படத்தில் பணி செய்திருக்கின்றனர். கறுப்பு வெள்ளை மற்றும் வண்ணப் படங்கள் இரண்டையும் இயக்கியிருக்கிறார். ராமமூர்த்தி, சுப்பாராவ், கர்ணன் போன்றவர்கள் அவருக்கு ஒளிப்பதிவாளர்களாக பணி செய்திருக்கிறார்கள். படத்தொகுப்பு மட்டும் அநேகமாய் எல்லாப் படங்களுக்கும் தேவராஜன் என்பவர் தான்.

பந்துலுவைப் பொறுத்தவரை அவர் தான் படமெடுக்கிறோம் என்கிற தெளிவோடு இயங்கியிருக்கிறார். அவர் ஒரு கனவினைக் கொண்டிருந்திருக்கிறார். அந்தக் கனவு, இந்த நாட்டின் நலன் சார்ந்ததாக இருந்திருக்கிறது. சிறந்த மக்கள் பிரதிநிதியிடம் இந்த நாடு இருக்குமேயானால் அது வளம் கொண்டதாக இருக்கும் என்பதை மீண்டும் மீண்டும் வலியுறுத்திக் கொண்டே இருக்கிறார்.

பந்துலு குறித்து எழுதுவதை ஓரிடத்தில் நிறுத்த வேண்டுமெனில் ஒற்றை வாக்கியத்தில் முடிக்கலாம் — அவர் சமூகத்தின் பொக்கிஷம்.

எஸ். பாலசந்தர்

தமிழ் சினிமாவின் வரலாற்றில் மீண்டும் மீண்டும் நினைவுபடுத்திக் கொள்ள வேண்டிய ஒருவர், இயக்குநர் எஸ்.பாலசந்தர். எல்லோரும் ஒருவழிப்பாதையில் சென்று கொண்டிருக்கும்போது, தனக்கென ஒரு பாணியினை உருவாக்கிக் கொண்ட முதல் இயக்குநர் என்று சொல்லலாம். இப்படிச் சொல்லக் காரணமுண்டு. தமிழ் சினிமா இன்றும் கூட காட்சி ரீதியிலான கதை சொல்லலை முழுமையாகக் காட்டிக்கொள்ளவில்லை. அறுபது வருடங்களுக்கு முன்பு படங்களை இயக்கத் தொடங்கிய எஸ்.பாலசந்தர், ஒளியில் நம்மை வசியப்படுத்தியிருக்கிறார். அதைக் கொண்டு மிரட்டியிருக்கிறார், திடுக்கிடச் செய்திருக்கிறார், கதையும் சொல்லியிருக்கிறார்.

எஸ்.பாலசந்தரின் இயல்பே எதையும் வேறு கோணத்தில் பார்ப்பது தான். அவருடைய பெரும் ஆளுமையைப் பெற்றிருந்த சங்கீதத்திலும், அவர் பரிட்சார்த்த முயற்சியினை மேற்கொண்டிருக்கிறார். அந்தப் புதுமைகளை அவர் ரசிகர்கள் முன்பாக மேடையில் தான் பரிசோதித்திருக்கிறார் என்பதுதான், பாலசந்தரின் மேல் வைக்கப்படும் ஆராதனையும், விமர்சனமும். மரபான சங்கீதத்தில் தொழில்நுட்பத்தின் நுணுக்கத்தை புகுத்துவதில் அவர் மோகம் கொண்டிருந்தார். இவருடைய கச்சேரி இப்படித்தான் இருக்கும் என்று ரசிகர்கள் நினைத்து வருவதில்லை. எந்தவித முன்தீர்மானங்களையும் ஓரங்கட்டிவிட்டு

புதுப் புது யுத்திகளைத் தன் கச்சேரி சபையில் வெளிப்படுத்துகிற ஒரு சக்கரவர்த்தி போல இருந்தார் பாலசந்தர்.

இதைத் தான் அவர் திரைப்படங்களிலும் செய்து காட்டியிருக்கிறார். பார்வையாளர்களுக்கு இது பிடிக்கும் என்று படமெடுப்பதைக் காட்டிலும், எதைத் திரையில் காட்டினாலும் பார்வையாளர்களுக்கு பிடிக்கும்படி செய்துவிடலாம் என்று நினைத்த அவரது தன்னம்பிக்கை சினிமாவுக்குக் கிடைத்த

அதிர்ஷ்டம்.

சினிமாவுக்குள் ஒரு நடிகராக அறிமுகமாகி, திரைக்கதைகள் எழுதி பின்னர் இயக்குநரானவர் எஸ்.பாலசந்தர். ஆங்கிலப் படங்கள், நாவல்கள் மீது இவர்கொண்ட ஈர்ப்பே இவரது படங்களில் வெளிப்பட்டன.

1948ல் 'இது நிஜமா' படத்துக்கு திரைக்கதை எழுதுகிறார். இந்தப்படம் ஆங்கிலத்தில் வெளிவந்த 'WONDERMAN'படத்தின் தழுவல். இரட்டைச் சகோதரர்களைப் பற்றிய கதை. லண்டனில் மாதவன் என்கிற ஒருவர் கொலை செய்யப்படுகிறார். அவருடைய ஆவி இந்தியாவிலிருக்கும் அவருடைய சகோதரர் கோபாலின் உடலுக்குள் புகுந்து விடுகிறது. கோபால் இசைக் கருவிகள் விற்பனை செய்பவர். சகோதரனின் ஆவியும் உள்ளே புகுந்து கொண்டது. கோபாலும் மாதவனுமாக கேட்கவே வேண்டாம். கோபால் விதவிதமான இசை முயற்சிகளை இசைக்கருவிகள் மூலம் செய்து காட்டுகிறார். தன்னுடைய இசைத் திறமைக்கு ஏற்ற கதையாய் உருவாக்கி, அதில் இரட்டையர்களாக நடிக்கவும் செய்திருக்கிறார்.

எஸ்.பாலசந்தருக்கு எல்லா விதமான இசைக்கருவிகளோடும் பரிச்சயம் உண்டு என்பது படத்தின் கதைக்கு பெரும் பலம் சேர்த்தது. இந்தப்படத்தின் பாடல்கள் கேட்கக் கிடைக்கின்றன. 72 வருடங்களுக்கு முன்பு தமிழ் இசையில் இப்படியானதொரு முயற்சிகள் எடுக்கப்பட்டிருக்கின்றன என்பதை நினைத்து பெருமையடையாமல் இருக்கவே முடியாது. அந்த அளவுக்கு பாடல்களின் தரம் அமைந்திருந்தது. லண்டன் ஆங்கிலத்தை சரளமாகப் பேசும் ஒருவர், இசை தெரிந்த ஒருவரின் உடலுக்குள்

புகுந்தால் பாடல்கள் எப்படியெல்லாம் வெளிப்படும் என்பதே சுவாரஸ்யமான கற்பனை. கற்பனையை சாத்தியப்படுத்தியிருந்தார் பாலசந்தர். இந்துஸ்தானியும், கர்னாடக சங்கீதமும், மேற்கத்திய இசையும் பாடலுக்குள் புகுந்து வெளிப்படுவதை ரசிகர்கள் கொண்டாடினார்கள்.. இந்தப் படத்தின் தழுவல் தான் பின்னாட்களில் கமல்ஹாசன் அவர்கள் நடித்து 'ஜப்பானில் கல்யாணராமனாக' வெளிவந்தது.

பாலசந்தரின் வருகைக்குப் பிறகுதான், கர்நாடக இசை மேடைகளில் பிரபலமாக இருந்த பாடகர்கள் .. சினிமாவிலும் நடிக்கலாம் என்று விருப்பம் கொண்டனர். இதில் பெண் பாடகிகளுக்கு நல்ல வரவேற்பு இருந்தது. அவர்களும் சிறப்பாகவே திரையை ஆண்டனர். ஆனால் ஆண் பாடகர்களுக்கு கேமரா முன் நிற்பதன் பயிற்சியும் பக்குவமும் இல்லாததன் விளைவு, அவர்கள் திரும்பவும் மேடைக்கேத் திரும்பும்படி ஆனது. எஸ்.பாலசந்தர் இதில் வித்தியாசப்படுகிறார். எதை நோக்கி அடியெடுத்து வைத்தாலும் அதன் ஆழம் வரை கண்டு உணர்ந்த பின்பே அதில் ஈடுபடுவார். நடிப்பில் அவருக்கென ஒரு பாணி இப்படித் தான் உருவாகியிருந்தது. அதனால் எதைக் கையாள முயுமோ, அந்த கதாபத்திரங்களைத் தனக்காக வடிவமைத்துக் கொண்டார். அலட்டல் இல்லாத நடிப்புக்கு ஏற்ற பாத்திரம், அதே நேரம் அது சவாலானதாகவும் அமைந்திருக்கும்.

இவரது படங்களின் மாஸ்டர் பீஸ் என்று 'கைதி' படத்தைத் தான் அப்போதுள்ள விமர்சகர்கள் சொல்லியிருக்கிறார்கள். அதன் திரைக்கதை நேர்த்தியைப் பற்றி வியக்காத விமர்சர்கள் இல்லை. முதல் காட்சியிலேயே கிண்டி குதிரைப் பந்தயத்தினை கண் முன் காட்டியதில், பாலசந்தர் எல்லோரையும் ரசிக்க வைத்திருக்கிறார். இந்தப் படத்தின் கதை பின்னாட்களில் தமிழ் சினிமாவுக்கு பெருமளவு பயன்பட்டது. குற்றமே செய்யாத ஒருவன் கொலைக் குற்றத்திற்காக சிறைக்கு செல்கிறான். அவன் தன்னை நிரபராதி என்று நிரூபிப்பது தான் கதை. இந்தப் படங்களின் பாடல்களும் பெரும் வெற்றி. உலகத்தின் எந்த மூலையில் உள்ள நாடாக இருந்தாலும், அங்குள்ள இசைத் தன்மையைக் கேட்பதில் பெரும் ஈடுபாடு கொண்டிருந்தார். அதனால் தான்

அவரது படங்களின் பாடல்கள் நவீனத்தின் உச்சமாய் இருந்தது. 'கைதி' படத்தில் சிறைச்சாலையில் இடம்பெற்ற ஒரு பாடல், பால் ராப்சனின் ஆப்ரிக்க கருப்பினத்தவரின் பக்திப் பாடல்களின் பாதிப்பில் வெளிவந்திருந்தது. இதனை அவர் அப்போது தந்த பத்திரிகை நேர்காணலில் பேசியிருந்தார்.

இப்படி தன்னுடைய பாடல்களினாலும் பிரபலமடைந்திருந்த எஸ்.பாலசந்தர், அடுத்து எடுத்த ஒரு முயற்சி.. யாரும் அத்தனை எளிதில் செய்து விட முடியாதது. இந்தியத் திரைப்படங்களில் பாடல்களுக்கு நடுவில் அங்கொன்றும் இங்கொன்றுமாய் வசனங்கள் பேசிக் கொண்டிருந்த காலகட்டத்தில் இருந்து, வெகு வேகமாய் ஐந்து பாடல்கள் ஒரு படத்துக்கு என்று மாறியது. ஆனால் பாடல்களே இல்லாமல் படம் வெளிவரும் என்று யாரும் எதிர்பார்த்திருந்திருக்க முடியாது. எஸ்.பாலசந்தர் இயக்கத்தில் வெளிவந்த 'அந்த நாள்' படத்தில் பாடல்களே இல்லை. அந்தக் குறையும் படத்தில் தெரிவதில்லை. THE WOMEN IN QUESTION என்கிற ஹாலிவுட் படத்தின் தாக்கத்தில், ஜாவர் சீதாராமன் அவர்களால் எழுதப்பட்ட கதைக்கு, திரைக்கதை வடிவம் தந்திருந்தார் எஸ்.பாலசந்தர். படத்தின் தொடக்கம் முதல் முடிவு வரை ஒவ்வொன்றையும் குறித்து பேச எத்தனையோ இருக்கின்றன.

கதாநாயகன் ஒரு ரேடியோ எஞ்சினியர். இப்படிச் சொல்வதற்கே முதலில் ஒரு தைரியம் இருந்திருக்க வேண்டும். ஏனெனில் ரேடியோ இன்ஜினியரிங் என்பது எந்த மாதிரியான வேலை என்று முதலில் விளக்க வேண்டும். அதற்கொரு காட்சி படத்தில் இருக்கிறது. ஏனெனில் கதையே நாயகனின் வேலை தொடர்பானது தான். அதனால் தொழில்நுட்பத் தகவல்களுக்குள்

போகாமல், அதே நேரம் எதைப் பார்வையாளர்கள் தெரிந்து கொள்ள வேண்டுமோ அதை மட்டும் விளக்கிவிட்டு, திரைக்கதையின் அடுத்த நகர்வுக்குள் சென்று விடுகிறார் பாலசந்தர். கதையின் ஒவ்வொரு காட்சியும் அது முடியும்போது அடுத்தடுத்தக் காட்சியைப் பார்க்கத் தூண்டியது. தமிழில் தொலைகாட்சித் தொடர்களிலும், திரைப்படங்களிலும் பாக்கெட் நாவல்களை திரைக்கதையாக்கும் முயற்சி நடைபெற்று, பெரும்பாலும் தோல்வியையே கண்டிருக்கிறது. ஆனால் ஒரு கதையை பாக்கெட் நாவல் போன்றதான அத்தனை சுவாரஸ்யங்களோடும் காட்டி வெற்றி பெற்றிருந்தது 1954ல் வெளிவந்த ‘அந்த நாள்’.

தமிழ்த் திரைப்படங்களில் சிறந்த பெண் கதாபாத்திரங்கள் என்று சொல்லுகிறபோது ‘அந்த நாள்’ பண்டரிபாயை நாம் மறுத்துவிட முடியாது. ஒரு தெளிவான பெண் கதாபாத்திர வடிவமைப்பு. உலக அரசியல், இந்திய தத்துவ சிந்தனைகளை பேசுகிற ஒரு பெண்ணை அறுபது வருடங்களுக்கு முன்பு திரையில் பார்த்திருப்பது தமிழ்சினிமாவின் ஒரு சாதனையாகவே சொல்ல வேண்டும். அதே போல் ‘அந்த நாள்’ படத்தில் சென்னையில் ஜப்பானியர் குண்டு வீசும் அந்தக் காட்சி. காட்சியின் கோரத்தை சொல்ல விமானத்தைக் கூட பேருக்குக் காட்டவில்லை. வெறும் ஒளி, விமானத்தின் ஏறிக்கொண்டே போகும் ஒலி மட்டுமே. இவற்றோடு சிவாஜி என்கிற அசுர கலைஞனின் பாவனைகள். இவற்றை வைத்து மட்டும் ஒரு மாபெரும் சம்பவத்தை சொல்லிவிட முடியும் என்று நம்பியது, ஒரு இயக்குநரின் பேராற்றல். இந்தப் படத்திற்கு ஜனாதிபதி விருது கிடைத்தது.

‘நடு இரவில்’ படம் பாலசந்தரின் மற்றுமொரு சிறந்த படம். பெரும்பாலும் இரவில் நடைபெறும் காட்சிகள். குறைந்த ஒளியின் அழகும், விசாலமும் படம் முழுக்க நம்மை வசீகரிக்கும். இதன் பெருமை ஒளிப்பதிவாளருக்குச் சேரும் என்றாலும், எஸ்.பாலசந்தரின் கற்பனையும், நேர்த்தியுமே ஒளிப்பதிவாளர் மாருதி ராவ் வழியே நமக்குக் கிடைத்திருக்கிறது.

‘நடு இரவில்’ படத்தில் ஒரு காட்சி. கஜானா அறைக்குள் இரவில் நுழையும் இருவர் திருடுவதற்காக ஒவ்வொரு அலமாரிகளையும்

திறந்து பார்ப்பார்கள். டார்ச் லைட் மட்டுமே ஒரே வெளிச்சம். அங்குள்ள நகைகள், பணம் இவற்றைக் காட்டிக்கொண்டே, அதைப் பார்ப்பவர்களின் பேராசை கொண்ட முகத்தையும் ஒளி காட்டும். அப்படியே ஒவ்வொன்றாய்க் காட்டிக்கொண்டே வந்து ஒரு அலமாரியைத் திறக்கும்போது அங்கே நிறுத்தப்பட்டிருக்கும் சடலத்தின் முன் நிற்கும் வெளிச்சம்.

அப்போதெல்லாம் இப்படியான ஒரு காட்சியை இருளில் மட்டுமே எடுக்க யோசிப்பதற்கே தனி துணிச்சல் வேண்டும். அதைத் திரையில் கொண்டு வர பெரும் நம்பிக்கை தேவை. அது பாலசந்தருக்கு ஏராளம் இருந்தது.

'நடு இரவில்' அகதா கிறிஸ்டியின் ஒரு நாவல். இந்தப் படத்தின் பாதிப்பில் தான் 'அதே கண்கள்', 'நாளை உனது நாள்' போன்ற படங்கள் பின்னாட்களில் தமிழில் வெளிவந்திருக்க வேண்டும்.

கச்சிதமான திரைக்கதை வடிவம் இவருடையது. இதனை அத்தனைப் படங்களிலும் பார்க்க இயலும். மிகவும் வியந்தது 'அவனா இவன்' மற்றும் 'அந்த நாள்' படங்களில்.

'அவனா இவன்' படம் கத்தி மேல் நடக்கும் வித்தையைக் கொண்டது. இரு குழந்தைகள் ஒரு கொலையைப் பார்த்து விடுகிறார்கள். அது கொலை என்று அவர்களுக்குத் தெரிவதில்லை. ஆனால் ஏதோ தப்பு என்று புரிகிறது. அந்தக் கொலையாளி தங்கள் வீட்டுக்கு மாப்பிள்ளையாக வரப்போகிறார் என்று தெரிந்ததும், ஒவ்வொருவரிடமும் உண்மையைச் சொல்ல முயல்வதும், அது சரிப்படாமல் தாங்களே அதனை புலனாய்வு செய்வதுமான கதை. குழந்தைகள் தங்களுக்குள் மனிதர்களைப் பற்றிப் பேசிக்கொள்வதும், அப்பாவித்தனமான முடிவுகளை எடுப்பதுமென நேர்த்தியான கதை அது. குழந்தைகளை இது போன்ற படத்தின் கதைக்கு பயன்படுத்திக் கொள்ளும்போது அதன் எல்லைகளை உணர்ந்திருக்க வேண்டும். அதைச் சரியாக பாலசந்தர் செய்திருப்பார். பெரிய மனிதத் தோரணையோடு நடந்து கொள்ளாத குழந்தைகள் அதே நேரம் பெரியவர்களுக்கு பாடம் எடுக்கிற குழந்தைகளும் கூட.

ஒரு காட்சியின் பாதிப்பினை மற்றொரு காட்சியில் நம்மால்

தொடர்புபடுத்த இயலும். எந்தக் கதாபாத்திரம் பற்றியும் ஒரே காட்சியில் மூச்சு விடாமல் சொல்லி விடுவதென்பதை இவர் எப்போதுமே செய்ததில்லை. ஒரு கதாபாத்திரம் போலீஸ் என்றால் அவரைப் பற்றி அறிமுகம் செய்கிறபோதே போலீஸ் என்று சொல்லிவிட மாட்டார். எப்போது தேவையோ அப்போது தான் அவர் யாரென்று தெரிய வரும். ஒன்றை உள்ளங்கையில் மறைத்து விரலிடுக்கு வழியே கசியவிட்டே முழுத் திரைக்கதையையும் வடிவமைத்திருக்கிறார்.

திகில் அல்லது மர்மப் படத்துக்கான அடிப்படை விதியே, ஒரு ஆபத்தின் வீரியத்தை சொல்லிவிட்டு அது எப்படியெல்லாம் கிளை பரப்புகிறது என்பது தான். இதனை ‘பொம்மை’ படத்தில் உணர முடியும். ஒரு பொம்மைக்குள் எப்போது வேண்டுமானலும் வெடித்துவிடும் அபாயமுள்ள வெடிகுண்டு இருக்கிறது. அது பலருடைய கைகளுக்குச் செல்கிறது. காட்சி ஒவ்வொன்றிலும் மானசீகமாய் நாம் வெடிகுண்டின் சத்தத்தை மனதுக்குள் பலமுறை ஒத்திகை பார்த்துவிடுவோம். அப்படியான திரைக்கதை அது.

இசையின் மேதமையைப் பின்னணி இசையில் காட்டுவதற்கு திகில் படங்கள் நல்ல களம். பாலசந்தர் படங்களின் பின்னணி இசை கூட கதை சொல்லும். ‘நடு இரவில்’ படத்தில் இரவு நேரம், மொட்டைமாடியில் நின்று கொண்டு பண்டரிபாய் எதையோ ரசித்துக் கொண்டிருப்பார். அவரை யாரோ பின்பக்கமாக நெருங்குகிறார்கள். ஆனால் அது யாரென்று காட்டப்படுவதில்லை. நீளமான ஷாட். அந்த நபர் நின்று நிதானித்து வருகிறார் என்பதை கேமராவின் நகர்வு சொல்லிவிடும். சில அடிகள் நடப்பது, பின் நிற்பது..பின் சில அடிகள்..இப்படி. அதன் முடிவாக பண்டரிபாய் கீழே தள்ளி விடப்படுவார். இதனைக் காட்சியாக எடுத்துக் கொண்டால், கதைக்குத் தேவைப்படுகிற திகிலான காட்சி என்றளவில் எடுத்துக் கொள்ளலாம். ஆனால் இந்தக் காட்சிக்கு இசையைப் பயன்படுத்திய விதம்தான் மேதமை. அந்த நபர் நிற்கிறார், நகர்கிறார் என்பதை கேமரா வழியாக மட்டும் நாம் புரிந்து கொள்வதில்லை. அவர் நிற்கும்போது, நகரும்போது தரப்பட்டிருக்கும் பின்னணி இசை.. வேறு தளத்துக்கு இந்தக் காட்சியை எடுத்துப் போய்விடும்.

இவரது படங்களைப் பற்றி எழுத வேண்டுமெனில் வார்த்தைகளுக்குள் அடக்கிவிட முடியாது. ஆனால் ஒன்றைச் சொல்லாமல் இருக்கவும் இயலாது. டைட்டில் கார்டுகளில் இவர் கையாண்ட யுத்தி. டைட்டில் கார்டு என்பதும் கூட கதையின் ஒரு பகுதி தான். டைட்டில் கார்டோடு இவரது எந்தப் படத்தையும் அநேகமாகத் தொடங்கியதே இல்லை.

'அந்த நாள்' டைட்டில் நினைவிருக்கிறதா! பட்டென்று பாயும் வெளிச்சத்தில் ஒருவர் புகுந்து புறப்பட்டு வருவது. ஓடுவது. இதிலிருந்தே கதை தொடங்கிவிடும்.

'அவனா நீ' படத்தின் டைட்டில் கார்ட், நாம் யூகிக்க முடிந்திராத ஒரு காட்சியில் அதுவும் அப்போதைய எந்தப் படங்களிலும் பார்த்திருக்க முடியாத யுத்தியில்.

'பொம்மை' படத்தில் டைட்டில் கார்டே இல்லை. பெயர்களுக்கு பதிலாக அந்த நபர்களே நம் முன் அவர்கள் பேர் சொல்லி நிற்பார்கள். ஒரு ஷார்ட்ஸ் போட்டுக் கொண்டு 'டைரக்ஷன்..அது நான் தான்" என்பார் எஸ்.பாலசந்தர்.

'நடு இரவில்' டைரக்டர் கார்டு வரும் இடம் படத்தின் க்ளைமாக்ஸ் காட்சி ஒன்றில். அந்தத் திரைக்கதை ஓட்டத்தில் நாம் திடுக்கிட்டு உறைந்து அமர்ந்திருக்கும் காட்சியில். 'இது தான் நான்' என்று எஸ்.பாலசந்தர் நமக்கு விடுக்கும் சொடக்கு அது. அகிரா குரோசவா, ஹிட்ச்காக் தாக்கத்தில் படம் எடுத்தார் என்று சொல்வதுண்டு. அப்படித்தான் என்று பாலசந்தரும் சொல்லியிருக்கிறார். ஆனால் அந்த மாஸ்டர்களை அவர் எங்கும் போலியாய் உரசவில்லை. நகல் எடுப்பதற்கும், உள்வாங்குவதற்குமான வித்தியாசம் கண்டிருந்தார்.

கற்பனையின் உச்சம் தொடுபவர்களே மற்றவர்களைக் காட்டிலும் படைப்பினை பல அடி தூரத்துக்கு உயர்த்த இயலும். அந்தக் கற்பனையை காட்சிக்கு கொண்டு வருவதில் சமரசம் செய்து கொண்டதில்லை பாலசந்தர். தமிழ் சினிமாவுக்கு இவருடைய பங்களிப்பு என்பது தரமான திரைப்படங்களைத் தந்ததில் மட்டுமல்ல, அடுத்தடுத்து சினிமாவை நோக்கி வரும் தலைமுறையினருக்குத் தன் படங்கள் மூலமாக துணிச்சலையும் தான்.

ஏ. பி. நாகராஜன்

இயக்குநர் ஏ.பி. நாகராஜன் இயக்கியத் திரைப்படங்களைப் பார்க்கிற எவருக்கும் அவர் மீது பெரும் பிரமிப்பு ஏற்படும். ஒவ்வொரு இயக்குநருக்கும் ஒரு முத்திரை உண்டு. ஏ.பி. நாகராஜனைப் பொறுத்தவரை ஆன்மீகப் படங்கள் எடுத்தவர் என்பதைக் கடந்து, பல்வேறு கதைகளைக் கையாண்டிருக்கிறார். இவர் கதை சொல்லும் விதத்தினைக் கவனித்தால், எந்த சட்ட திட்டத்திற்குள்ளும் அடங்காத புது பாணியைக் கொண்டிருப்பதை ரசிக்க முடியும்.

இருபது வருட காலம் இவர் தொடர்ந்து இயக்கியப் படங்கள் அனேகமும் வெற்றிப் படங்கள். நவராத்திரி, திருவிளையாடல், திருவருட்செல்வர், சரஸ்வதி சபதம், கந்தன் கருணை, தில்லானா மோகனாம்பாள், திருமலை தென்குமரி, ராஜராஜ சோழன், கண்காட்சி என்று இவரது படங்கள் ஒவ்வொன்றும் எப்போதும் வியப்பில் ஆழ்த்துபவை. ஏ.பி. நாகராஜன் பெயர் எப்போதும் புராணப்படங்களோடே தொடர்பு கொள்ளப்படுகிறது. பல பரிட்சார்த்த முயற்சிகளையும் திரைப்படங்களில் அவர் எடுத்திருக்கிறார். சொல்லப்போனால் அவர் எடுத்த அத்தனைப் புராணப்படங்கள் உட்பட எல்லாமே பரீட்சார்த்த முயற்சிகள் தான்.

இவர் படம் இயக்க வருவதற்கு முன்பும் இந்தியாவில் புராணப்படங்கள் வெளிவந்து கொண்டிருந்தன. அவை எல்லாமே

புராணங்களில் இருந்தும், இதிகாசங்களில் இருந்தும் அப்படியே எடுத்தாளப்பட்டு திரைவடிவமாக மாற்றப்பட்டவை. அவை யாவற்றிலும் இருந்து ஏ.பி நாகராஜன் தன்னுடைய பாணியை முற்றிலுமாக மாற்றிக் கொண்டார் என்பது தான் சிறப்பு. ஏ.பி.என்னின் காலகட்டத்திற்கு முன்பு புராணப்படங்கள் பாடல்களால் நிரப்பப்பட்டிருந்தன. நாம் புராணத்தில் என்ன வாசிக்கிறோமோ அதையே காட்சி வடிவமாகத் தந்திருந்தனர். கடவுள்கள் மிக நேர்த்தியுடனும், அருளாசி தருபவர்களாவும், வரங்கள் அளிப்பவர்களாகவும் அரக்கர்களை வதம் செய்பவர்களாகவும், சாபமிட்டு அதை நீக்குபவர்களாகவும் காட்டப்பட்டனர். ஏ.பி.என் இவை எல்லாவற்றையும் கடந்து பல கோணங்களில் புராணங்களை அணுகுகிறார்.

1960, 70கள் ஏ.பி.என் இயக்கிய படங்களில் குறிப்பிட்டு சொல்லக்கூடிய திரைப்படங்கள் வெளிவந்த வருடங்கள். அந்தக் காலகட்டத்தில் தமிழ் சினிமாவில் சமூகப் படங்களும், குடும்ப உறவுகளுக்குள் ஏற்படும் சிக்கல்களை சொல்லும் திரைப்படங்களும் வெளிவந்து கொண்டிருந்தன. கடவுள் மறுப்புக் கொள்கை தீவிரமான வடிவம் கொண்டிருந்தது. இந்த சூழலில் ஏ.பி.என், புராணத்தை நோக்கி தன் கவனத்தைத் திருப்பியிருந்தது அவரைத் தனித்துக் காட்டியது.

ஏ.பி.என்னிடம் வியக்கவைக்கூடிய பல அம்சங்கள் உள்ளன. இராமாயணம், மகாபாரதம் போன்றவை கதைகளாக வந்து கொண்டிருந்த வேளையில், தமிழ் மக்களிடம் செல்வாக்கு பெற்றிருந்த கடவுள்களையும், தமிழில் பக்தி இலக்கியத்தைப் படைத்தவர்களையும், அதில் உள்ள நிகழ்வுகளையும் காட்சிப்படுத்தினார். உதாரணமாக திருவருட்செல்வர், கந்தன் கருணை, காரைக்கால் அம்மையார் போன்ற படங்களைச் சொல்லலாம். இறைபக்தி கொண்ட அடியார்கள் என்றால் மீரா, துக்காராம், புரந்தரதாசர் என வடஇந்திய பக்தர்களைப் பற்றித் தமிழிலும் கூட படமெடுத்துக் கொண்டிருந்த காலகட்டத்தில் ஏ.பி.என் தமிழ் மக்கள் அறிமுகம் செய்து கொண்டிருந்த சம்பந்தர், திருநாவுக்கரசர், காரைக்கால் அம்மையார், அவ்வையார் போன்றவர்களை நமக்குத் திரையில் தொடர்ந்து காட்டினார்.

1965ஆம் ஆண்டு அவர் இயக்கிய திருவிளையாடல் இன்றளவும் புராணக் கதைகளின் முன்னோடி என்று சொல்ல இயலும். சிவனின் திருவிளையாடல்கள் என்பது தான் கதையின் மையம். இதில் அவர் எடுத்துக் கொண்ட கதைகள் யாவும், தமிழ் மக்கள் கேள்விப்பட்ட கதைகளும், செவிவழி வந்த கதைகளுமே. முருகன் தன் குடும்பத்திடம் கோபித்துக் கொண்டு போய் பழனிமலையில் அமருகிறார் என்பது இங்குள்ள அனைவரும் அறிந்த கதை. இதனைக் கதையின் முதல் பாகமாக மாற்றுகிறார். முருகனிடம் பார்வதி சிவனின் விளையாடல்களைச் சொல்கிறார் என்பதாகத் தொடங்கி வைக்கிறார் கதையை. அனைவருக்கும் தெரிந்த ஒரு கதையை சொல்லிவிட்டு பின்னர் செவிவழிக் கதைகளை இணைக்கிறார். இதற்கு காரணம் அவருக்குள் இருந்த அற்புதமான திரைக்கதையாசிரியர். மக்களுக்கு எது சுவாரஸ்யம் தரும் என்பதை அறிந்தவர் அவர். அதைச் சரியான கலவையில் சேர்க்கத் தெரிந்தவர்,

தனித்தனியாய் திருவிளையாடலில் காட்சிகளைப் பார்த்தாலும் நம்மால் ஒன்ற முடிவதற்கான காரணம், அவர் திரைக்கதையில் ஒவ்வொரு பகுதிக்கும் கொடுக்கிற முக்கியத்துவம்.

திருவிளையாடல் படத்தின் கதை சொல்லும் விதத்தில், புத்திசாலித்தனமான ஒன்றை அவர் முயற்சித்திருக்கிறார். படத்தின் ஒவ்வொரு காட்சித் தொடரையும் அவர் குறும்படங்களாக கருதியிருப்பது தெரியும். அதில் ஒரு நகைச்சுவை காட்சி, பாடல்கள், உணர்வுக் கொந்தளிப்பு, முரண், அதற்கொரு முடிவு.. இவற்றை ஒன்றடக்கிய காட்சித் தொடர்கள் கொண்ட படத்தைத் தருவதற்கு, அசாத்தியமான படைப்பூக்கம் வேண்டும்.

உதாரணமாக 'திருவிளையாடல்' தருமி காட்சித் தொடரை எடுத்துக் கொள்ளலாம். தருமியின் அப்பாவித்தனத்தில் நமக்குத் தரப்பட்டிருக்கும் நகைச்சுவை உணர்வு, 'பொதிகை மலை உச்சியிலே' பாடல், நக்கீரனுக்கும், சிவனுக்கு இடையிலான விவாதம், செண்பகபாண்டியன் சிவனிடம் மன்றாடுகிற உணர்வுக் கொந்தளிப்பு என்று இருபது நிமிடங்களில் நமக்குத் தந்திருக்கிற விருந்து இது.

சிறு வயதிலேயே நாடக உலகில் தன்னை ஈடுபடுத்திக் கொண்ட ஏ.பி.என்னுக்கு மக்களுடைய ரசனையின் நாடியைப் பிடிக்கத் தெரிந்திருந்தது. எதற்கு கைத் தட்டுவார்கள் எதில் தங்களை மறப்பார்கள் என்பது அத்துபிடியாக இருந்திருக்கிறது. புராணப்படங்களின் தொடக்கக் காட்சியினை பாடலில் இருந்தே தொடங்குகிறார் அல்லது ஒரு இசைக்கோர்வையுடன். இது ரசிகர்களைத் தயார் செய்யும் யுத்தி. சிவன் வாழும் கைலாயம் எனும்போது அங்குள்ள பூத கணங்கள், நந்தி, ரிஷிகள், அப்சரஸ்கள் என ஒரு பிரமாண்டக் காட்சியை நம்மிடம் காட்டுவதற்கு இசையுடன் சேர்ந்து சில நிமிடங்களை எடுத்துக் கொள்கிறார். ரசிகரை முழுவதுமாக அதோடு தன்னை ஒப்புக் கொள்ள வைக்கிறார்.. சரஸ்வதி வாழும் சத்தியலோகம் எனில் மென்மையான இசையுடன் கூடிய இசைக்கோர்வையை நமக்குத் தந்துவிட்டு 'சரஸ்வதி சபதம்' கதைக்குள் செல்கிறார். முருகனின் கதை சொல்லப்போகும் படமான 'கந்தன் கருணை'யில் ஔவையின் பாடலோடு தொடங்குகிறார். இவர் இயக்கிய படங்கள் அல்லாமல் இவர் திரைக்கதையில் K.சோமு இயக்கத்தில் வெளியான 'சம்பூர்ண இராமாயணம்' படத்திலும் ராமாயணக் கதையின் முக்கிய கதாபாத்திரங்களை தொடக்கத்தில் வருகிற பாட்டில் அறிமுகப்படுத்தும் யுத்தியை செய்திருக்கிறார். இதனை அவர் மேடை நாடகத்தின் தாக்கத்தில் இருந்து பெற்றிருக்கக்கூடும்.

ஆயிரம் பக்கங்களுக்கு மேலான கொத்தமங்கலம் சுப்பு எழுதிய ஒரு பிரபலமான நாவலே 'தில்லானா மோகனாம்பாள்' ஆனது. சண்முகமும், மோகனாவும் எந்த மாதிரியான குணாதிசயம் கொண்டவர்கள் என்பதற்கு பல பக்கங்களை சுவாரஸ்யமாக ஒதுக்கியிருந்தார் சுப்பு. அதனைப் படத்தின் முதல் காட்சியிலேயே தொடங்கி விடுகிறார் ஏ.பி.என். தமிழ் சினிமா தொடக்கக் காலந்தொட்டே நாவல்களைத் திரைப்படமாகத் தந்திருக்கிறது. அதிலும் 'தில்லானா மோகனாம்பாள்' நாவலுக்கு இருந்த வரவேற்பு மிகப் பெரியது. அதனை இரண்டரை மணிநேர படமாகத் தருவதற்கு திரைக்கதை குறித்த நுண்ணுணர்வு தேவைப்படும். படங்கள் இயக்குவதற்கு முன்பே வெற்றிப்படங்களுக்கு திரைக்கதையாசிரியராக பணி செய்த ஏ.பி.என் தன்னுடைய பலத்தை நம்பினார். சண்முகத்துக்கும், மோகனாவுக்கும் மோதல், காதல், ஈகோ, பிரிவு, எதிர்ப்பு, திருமணம் அதன் பிறகான மனத்தாங்கல் என்று விரியும் நாவலில் எதைச் சொன்னால் கச்சிதமான திரைக்கதையாக அமையும் என்கிற தெளிவு ஏ.பி.என்னுக்கு இருந்திருக்கிறது. சண்முகம், மோகனா திருமணம் வரை கதை சொன்னால் போதுமானது என்று முடிவெடுத்திருந்த அதே வேளையில், நாவலில் அவர்கள் திருமணத்துக்குப் பிறகு வரும் சம்பவங்களை படத்தில் சரியாக சேர்த்திருந்தார்.

நாவலில் ஒரு சவால் என்பது இரண்டு கலைஞர்களுக்குமான போட்டியைப் பற்றி எழுதிய பகுதி. பத்து பக்கங்கள் வருகிற பகுதி இது. நாதஸ்வரத்தின் இசையையும், நடனத்தின் வீச்சையையும் சரிசமமாக எழுத்தில் சொல்லிக் கொண்டே வந்து, இறுதியில் போட்டி முடியும் இடம் வருகிறபோது.. வாசிக்கிற நமக்கு, நாமே போட்டியில் கலந்து கொண்டது போன்ற உணர்வு ஏற்படும். இதனைக் காட்சியாகக் காட்டுவது எளிது. அதற்கும் தன் மெனக்கிடலை ஏ.பி.என் தந்திருக்கிறார் என்பது படத்தைப் பார்க்கிறபோது உணர்ந்து கொள்ள இயலும்.

ஏ.பி.என்னின் மற்றொரு பலம் அவரது வசனங்கள். அவரது திரைப்பட வசனங்களை கோயில் திருவிழாக்களின்போது ஒலிபெருக்கியில் ஒலிக்கவிட்டிருக்கிறார்கள். அது திருவிழாவின் ஒரு அங்கமாகவே இருந்திருக்கிறது. வார்த்தை விளையாட்டுகளில்

தேர்ந்தவராக இருந்திருக்கிறார். இதனை அவருடைய எல்லாப் படங்களிலும் பார்க்க இயலும். தருமிக்கும் சிவனுக்கும் இடையில் நடைபெறும் கேள்வி பதில் போன்றவை அவரது பல படங்களிலும் வெளிப்பட்டிருக்கிறது. இருவர் ஒரு விஷயத்தைக் குறித்து விவாதிக்கும்போது கேள்வி பதிலாக வருகிற காட்சியமைப்புகள் இவரது படங்களில் பிரபலம். நகைச்சுவைக் காட்சிக்கு முக்கியமானது அதன் ‘டைமிங்’. இதனை இவரது படங்களில் இயல்பாய் காண இயலும். கடவுள்களும் சாமானிய மொழி பேசுவார்கள். கடவுள்கள் மனித உரு கொண்டு வருகையில் அந்தக் கதாபாத்திரத்தன்மைக்கு ஏற்றாற்போல் வட்டார மொழி பேச வைத்திருப்பார். வட்டார மொழியைத் தமிழ்ப்படங்களுக்குள் கொண்டுவந்ததில் ஏ.பி.என்னுக்கு பெரும்பங்கு உண்டு. இவரது கதை வசனத்தில் வெளிவந்த ‘மக்களைப் பெற்ற மகராசி’ படத்தில் கதாநாயகன் சிவாஜி கணேசன் முழுக்கவுமே கொங்குத் தமிழில் பேசி நடித்திருப்பார்.

மற்றொரு குறிப்பிடத்தக்க அம்சமாக சொல்ல வேண்டியது இவரது படங்களின் பெண் கதாபாத்திரங்கள். கடவுளுக்கு இணையாக இருப்பினும் வாய் திறவாமல் வந்துபோகும் பெண் கடவுள்களையே திரைப்படங்கள் காட்டிக் கொண்டிருந்தன. புராணப்படங்கள் மட்டுமல்ல.. இவர் கதை வசனம் எழுதிய படங்களிலும் இயக்கிய மற்ற படங்களிலும் கூட, அப்பெண் கதாபாத்திரங்கள் கம்பீரமானவர்களாக, தங்களுடைய உரிமையை விட்டுக் கொடுக்காதவர்களாக வருவார்கள். இதோடு பெண்களுக்கு உள்ள பிரச்சனைகளையும் வாய்ப்பு கிடைக்குந்தோறும் காட்சிகளில் சொல்லியிருக்கிறார். சிவனின் மனைவி சக்தியே ஆனாலும், தான் ஒரு பெண் என்பதால் சிவனுக்கு அடங்க வேண்டியதில்லை என்று வாதாடும் இடமும், அடிமை வேலை செய்பவரின் பெண் என்பதால் அதிகாரத்தில் உள்ளவர்களுக்கு கீழ்ப்படியும் அவசியம் இல்லை என்று ‘வடிவுக்கு வளைகாப்பு’ படத்தின் நாயகி பாத்திரமும், ராஜராஜ சோழனின் மகளாக குந்தவை வாதாடும் இடமும் என ஒவ்வொரு படங்களிலும் சுட்டிக் காட்ட இயலும். இதோடு இவர் எழுதி K. சோமு இயக்கியத் திரைப்படமான ‘டவுண் பஸ்’ படத்தில் அஞ்சலி தேவியும், டி.பி முத்துலட்சுமியும் பஸ் கண்டக்டர்களாக

வருவார்கள். ஒவ்வொரு காட்சியிலும் வசனங்கள் தெறிக்கும். வம்பிழுக்கிற பயணிகள், பஸ் முதலாளியை இருவரும் 'டீல்' செய்கிற விதம் ரசிக்கவும் ஆச்சரியப்படவும் வைக்கவும் செய்யும்.

இவர் துணிந்து எடுத்த மற்றுமொரு முயற்சி 'நவராத்திரி' படம். இன்று அந்தப் படத்தைப் பார்க்கையில் கூட பிரமிப்பு கூடுகிறது. அந்தக் கதை சொல்லப்பட்ட விதமும், இறுதியில் அத்தனை சிவாஜி கணேசர்களையும் ஃபிரேமுக்குள் கொண்டு வந்த விதமும்...அருமை.

வருடத்திற்கு மூன்று படங்கள் வரை கூட ஏ.பி.என் அவர்கள் இயக்கியிருக்கிறார். அனைத்துமே அதிக உழைப்பை எடுத்துக் கொள்ளக்கூடிய மாபெரும் அரங்கு நிர்மாணமும், நட்சத்திர நடிகர்களையும் கொண்டவை. இதனை சாத்தியப்படுத்தியிருக்க வேண்டுமென்றால் சரியான திட்டமிடுதலும், உழைப்பும் தான் காரணமாக இருந்திருக்க முடியும்.

'கண்காட்சி' என்றொரு படம். ஒரு கண்காட்சியில்தான் படம் தொடங்கி முடியும். நான்கு பிரதான கதாபாத்திரங்கள். இதற்கிடையில் திரில்லிங்கான சில விஷயங்கள். முழுதும் 'செட்' போடப்பட்டு எடுக்கப்பட்டவை. இந்தப் படம் நிச்சயம் புதிய முயற்சி என்று சொல்லலாம். அதே போல் நடிகர் குழுவினரை கொண்டு எடுக்கப்பட்ட திருமலை தென்குமரி. இது அந்தக்

காலத்து 'Road Film'. படத்தின் பெரும்பகுதி வெளிப்புறக் காட்சிகள். ஒவ்வொரு காட்சிக்கும் ஒவ்வொரு ஊர். இதெல்லாம் அப்போதைய காலகட்டத்தில் சவாலை ஏற்படுத்தியிருக்கும்.

நாகராஜன் அவர்களின் புராண, வரலாற்று நாயகர்களின் படங்களில் நம்மை ஈர்ப்பது.. அதன் வண்ணங்களும், அரங்க வடிவமைப்புமே. சிறு வயதிலேயே நாடகக் கம்பெனியில் சேர்ந்து அங்கேயே வளர்ந்ததால் ஒரு காட்சியில் வண்ணத்தை சேர்ப்பதின் இலாவகத்தை அவர் அறிந்திருந்தார்.

இதில் முக்கியமாக குறிப்பிடப்பட வேண்டிய ஒன்று உண்டு.

நாடக மேடையின் திரைச்சீலைக்கு திரைக்கு ஓவியம் வரைபவர்கள்தான் காலண்டர் ஓவியங்களை நமக்கு அறிமுகப்படுத்தியவர்கள்.

அவர்கள்தான் கடவுளர்களை ஒவ்வொரு இல்லத்துக்கும் இயல்பாக அறிமுகம் செய்து வைத்தவர்கள். சிவன் சாம்பல் நிறத்திலும், பார்வதி எனும்போது பச்சை நிறத்திலும், கிருஷ்ணனின் உருவம் நீலமாகவும் நம்முடைய கற்பனையில் பதியக் காரணம் காலண்டர் ஓவியர்களால் தான்.

நாடக மேடையில் இருந்து காலண்டருக்கு இடம்பெயர்ந்த கடவுளர்களை மீண்டும் திரையில் பிரதி எடுத்தன ஏ.பி. நாகராஜன் அவர்களின் திரைப்படங்கள்.

காலண்டர் கடவுள்களின் உருவ மாதிரியை வைத்தே ஒப்பனை செய்திருக்க வேண்டும். உதாரணத்துக்கு கந்தன் கருணை படத்தின் சிவகுமார் அவர்கள் முருகன் வேடம் ஏற்றிருந்தார். இந்த முருகனை நாம் அதிகமும் காலண்டரில் பார்த்திருப்போம். காலண்டர் ஓவிய மேதையான கொண்டையா ராஜூ அவர்களின் சீடரான முராமலிங்கம் அவர்களின் பாணியிலான ஒப்பனையே.. படத்துக்கும் பயன்படுத்தியிருக்கக்கூடும்.

ஏ.பி என் படங்களுக்கு அதிகமும் கே.எஸ் பிரசாத் ஒளிப்பதிவு செய்திருக்கிறார். 'தில்லான மோகனாம்பாள்' படம் சிறந்த படம் மற்றும் சிறந்த ஒளிப்பதிவு இரண்டுக்குமான தேசிய விருதினை பெற்றிருந்தது. கறுப்பு வெள்ளை மற்றும் வண்ணப்படங்கள்

இரண்டுமே வெளிவந்த காலகட்டங்களில், ஒளிப்பதிவு பிரிவில் இரண்டுக்கும் தனித்தனியான தேசிய விருதுகளைத் தந்திருந்தனர். அவற்றில் வண்ணப்படத்திற்கான சிறந்த ஒளிப்பதிவு விருது 'தில்லான மோகனாம்பாள்' படத்திற்குக் கிடைத்திருந்தது.

ஏ.பி நாகராஜன், கண்ணதாசன், கே.வி மகாதேவன் கூட்டணி என்பது பெரும் அலை. காரைக்கால் அம்மையார் படம் ஒரு தனித்த உதாரணம். காரைக்கால் அம்மையார் பற்றிய படம், ஒரு கவிஞரைப் பற்றியது. அம்மையார் சிவனை நினைத்து பாடிய திருவிரட்டை மணிமாலை, திருவந்தாதி எல்லாமே சிவனுடைய அடியார்களுக்கு அறிமுகமானவை. இப்போது காரைக்கால் அம்மையாரைப்பற்றிப் படமெடுக்கும்போது, அவருடைய பாடல்களைத்தான் பயன்படுத்த வேண்டியிருக்கும். படத்தில் அம்மையார் சிவனை நோக்கிப் பாடவும் செய்கிறார். ஆனால் திரையிசைக்கு அம்மையாரின் பாடல் வரிகளைப் பயன்படுத்துவதில் ஒரு சிக்கல் உண்டு. அது பக்தி மார்க்கத்தினைக் கொண்டது. இங்கு தான் கண்ணதாசனின் மேதமையை வியக்கவேண்டியிருக்கிறது. காரைக்கால் அம்மையார் பாடுவது போல அதே சீரில், தகதகவென ஆடவா பாடலை எழுதியிருப்பார். இந்தப் பாடலின் வரிகளும் கடினமானவை தான். அம்மையாரின் வரிகளை உள்வாங்கி.. ஒருவேளை காரைக்கால் அம்மையார் ஜனரஞ்சகமாக சிவனை ஆராதித்தால் எப்படியிருக்குமோ, அப்படி எழுதியிருப்பார் கண்ணதாசன்.

மற்றொரு படம் தில்லான மோகனாம்பாள், நாதஸ்வரக் கலைஞர்களுக்கு செய்யப்பட்ட சமர்ப்பணம் இந்தப் படம். பரதநாட்டியம் என்பது ஒரு காலகட்டம் வரைக்கும் குடும்பப் பெண்களுக்கு ஒவ்வாத ஒன்று என்றும், அதை ஆடும் பெண்கள் கூத்தாடிகள் என்கிற பெயரும் இருந்தது. அது தேயத் தொடங்கி, எல்லோராலும் கற்றுக்கொள்ளப்பட்ட கலையாக மாறத்தொடங்கிய நேரத்தில் வெளிவந்த படம் 'தில்லானா மோகனாம்பாள்'. ('தில்லானா மோகனாம்பாள்' திரைப்படம் குறித்த தனிக்கட்டுரை இணைப்பாக சேர்க்கப்பட்டுள்ளது.)

காரைக்கால் அம்மையார் படத்தில் 'தகதகவென ஆடவா' பாடல் வண்ணப்படங்களின் சிறந்த ஒளியமைப்புக்கு எடுத்துக்காட்டு.

ஏ.பி. நாகராஜன் என்றதும் 'சாமி படமெல்லாம் எடுப்பாரே அவர் தானே' என்று இப்போதைய தலைமுறைக்கு பதிந்திருக்கிறது. சாமி படங்கள் தான் எடுத்தார் என்றாலும், ஒருபோதும் சாமி நேரடியாக வந்து கண்ணைக் குத்தும் என்றோ, பழிவாங்கும் என்றோ அவர் எடுக்கவில்லை.

கடவுளர்களை இயல்பானவர்களாக அவர் காட்டியிருக்கிறார். அவர்களுக்குள் இருக்கும் 'ஈகோவினை' அவர் வெளிப்படுத்தியிருக்கிறார். அதை நாம் யோசிக்காத அளவுக்கு நேர்த்தியாக சொன்னதினாலேயே ஏ.பி நாகராஜன் எப்போதுமே பிரியமான இயக்குநராக இருக்கிறார். மக்களின் பெருந்தன்மையும் குறிப்பிட வேண்டும். கடவுள்கள் சக மனிதர்களைப் போலவே கோபம் கொள்வார்கள், குடும்ப சண்டையிடுவார்கள் என்றெல்லாம் ஏ.பி.என் திரைப்படங்களில் காட்டியபோதும் அதற்காக தடை போடும் விதமாக வழக்குத் தொடுக்க வேண்டும் என்றெல்லாம் யோசித்தவர்களாக இல்லை. அத்தனை பக்குவமான ரசிகர்களாக இருந்திருக்கிறார்கள்.

இன்றைய காலகட்டத்தில் ஏ.பி.என் படங்களை இயக்கியிருந்தால் படங்களை வெளியிடவே பெரும்போராட்டமாக இருந்திருக்கும். மக்கள் கடவுளை எப்போதும் தங்களுக்கு நெருக்கமானவர்களாகவே பார்க்கிறார்கள். அதனால் தான் ஏ.பி.நாகராஜனின் படங்களின் கடவுளர்களை அப்படியே ஏற்றுக் கொண்டார்கள்.

ஒரு குடும்பம் போல் இணைந்து படங்களை இவர் இயக்கியிருக்க வேண்டும். அநேகமாய் இவரது படங்களில் சிவாஜி கணேசன் நடித்திருக்கிறார். மற்றும் இரண்டு பிரதான நடிகர்கள் இவரது படத்தில் உண்டு. ஒருவர் நாகேஷ் மற்றொருவர் மனோரமா. நாகேஷின் 'டைமிங்' நகைச்சுவைகளை ரசிக்க வேண்டும் என்றால் ஏ.பி.என் படங்களில் வரும் நாகேஷ் காட்சிகளைப் பார்த்தால் போதும். குமாஸ்தாவின் மகள் படத்தில் கமல்ஹாசன் நடித்திருப்பார். உடன் நாகேஷ். இருவருக்குமான காட்சிகளை அத்தனை ரசிக்கலாம். ஒரு நொடியைக் கூட தவறவிடாத புன்னகைக்க வைக்கும் வசனங்கள் இருவருக்கும். தில்லானா மோகனாம்பாள் வைத்தியின் 2.0 தான் குமாஸ்தாவின் மகள்

'ஜோசியர்' நாகேஷ். சரஸ்வதி சபதம் காவலாளி - பணிப்பெண் கதாபாத்திரங்களில் நாகேஷும், மனோரமாவும்.

ஒளிப்பதிவிற்கு கே.எஸ் பிரசாத் எப்படி பலமாக இருந்தாரோ, ஒலிப்பதிவுக்கு டி.எஸ். ரங்கசாமியும், எடிட்டிங்கிற்கு ராஜன் கலை கங்கா - துணையாக இருந்திருக்கிறார்கள். தான் கற்றுக்கொண்ட குருகுலமான சங்கரதாஸ் சுவாமிகளின் பெயரை பல டைட்டில்களில் பயன்படுத்தியிருக்கிறார். அவரது சில வசனங்களையோ, பாடல்களையோ பயன்படுத்துகையில் அதற்கான உரிய மரியாதையை தந்திருக்கிறார். நவராத்திரி படத்தில் கூத்து மேடை பாடல் முழுக்கவுமே ஏ.பி.என் தான் வளர்ந்த நாடகத் துறைக்கு செய்த பெருமைமிகு சமர்ப்பணம்.

ஏ.பி. நாகராஜன் போன்று வேறு இயக்குநர்கள் இல்லை என்பதே அவருக்குக் கிடைத்திருக்கும் பெருமை. அவருடைய ஆழ்மனதில் கலாசாரம், பண்பாடு போன்றவற்றின் மீதான பெரும் நம்பிக்கையும் பற்றுதலும் இருந்திருக்கிறது. அதே நேரம் புதுமையையும் கொண்டு வர வேண்டும் என்கிற ஆர்வமும் தெரிகிறது. ஒரு சிறு ஏமாற்றம், பெண் கதாபாத்திரங்களை அத்தனை வலுவோடு படைத்த இயக்குநர் 'நவரத்தினம்', 'குமாஸ்தாவின் மகள்' போன்ற அவரது பிந்தைய படங்களில் கதை சொல்லலிலும் பெண் கதாபாத்திர அமைப்பிலும் சற்று தயங்கியிருக்கிறார். அவருடைய திரைப்பட பாணிக்கும் கதை சொல்லும் முறைக்கும் முற்றிலும் வேறான படங்களாக இவை அமைந்திருந்தன.

எப்படியாயினும், ஏ.பி.நாகராஜன் அவர்களை கடவுள்களுக்கும் மனிதர்களுக்கும் பாலமாய் இருந்தவர் என்று சொல்ல முடியும். இதில் அத்தனை மிகையிருக்காது என்றே தோன்றுகிறது.

ஜதியின் நாயனம்

(தில்லானா மோகனாம்பாள் குறித்த கட்டுரை)

"பிரிக்க முடியாதது என்னவோ?" என்றால்... தமிழ் சினிமாவும் காதலும் என்று சொல்லலாம். ஒரு திரைப்படம், காதலின் அத்தனை கூறுகளையும் அந்தக் காலகட்டத்தில் சொன்னது.

'தில்லானா மோகனாம்பாள்' என்கிற இந்தத் திரைப்படத்தை பல்வேறு விதங்களில் உருவி தமிழ் சினிமா திரும்பத் திரும்ப எடுத்துக் கொண்டிருக்கிறது. இன்று வரை அந்தப் படத்தின் ஒரு காட்சியையோ, பாடலையோ தொலைக்காட்சியில் ஒளிபரப்பினால்.. நமது மனம் அடுத்த சேனலுக்குத் தாவாதவாறு கட்டிப் போட்டிருக்கிறது. நாற்பத்தி எட்டு வருடங்களுக்கு முன்பு வெளிவந்த இந்தத் திரைப்படத்தை புதிய படங்களை மட்டும் தேர்ந்தெடுத்து ஒளிபரப்பும் தனியார் சேனல் ஞாயிற்றுக்கிழமைகளில் ஒளிபரப்பும்போதெல்லாம் டி.ஆர்.பி எகிறுகிறது. அன்றைய தினங்களில் அந்தச் சேனலுக்கு மிகப்பெரும் வரவேற்பை பெற்றுத் தந்துவருகிறது 'தில்லானா மோகனாம்பாள்'.

கலைமணி என்கிற புனைப்பெயரில் கொத்தமங்கலம் சுப்பு அவர்கள் தொடர்கதையாக எழுதி ஆனந்தவிகடனில் வெளிவந்த 'தில்லானா மோகனாம்பாள்' அதே பெயரில் இயக்குநர் ஏ.பி நாகராஜன் அவர்களால் திரைப்படமாக்கப்பட்டது. கிட்டத்தட்ட இரண்டாயிரம் பக்கங்களுக்கு எழுதப்பட்ட ஒரு பெரும் நாவல் மூன்று மணி நேர படமாக சுருக்கப்பட்ட விதம் கவனிக்கப்படவேண்டியது. ஏ.பி. நாகராஜன் தனது படத்திற்கு எது தேவை என்பதில் தெளிவாக இருந்திருக்கிறார். மோகனாவுக்கும், சிக்கல் சண்முக சுந்தரத்திற்கும் ஏற்படுகிற காதல், அதற்கு ஏற்படுகிற தடைகள், போட்டி, முரண்பாடுகள் அதன் பின் சுபமாக இருவரும் இணைவது என.. ஒரு காதல் படத்திற்குள் நாதஸ்வரத்தையும், நாட்டியத்தையும் அழகாகச் சேர்த்திருக்கிறார் ஏ.பி. நாகராஜன்.

முதன்முதலில் சண்முகத்தைப் பார்ப்பதற்கு முன்பே அவரைக் 'கேட்டுவிடுவார்' மோகனா. அழகர் கோயில் திருவிழாவில் 'நகுமோமு' கீர்த்தனையை சண்முகம் வாசித்துக் கொண்டிருக்கும்போது, மாட்டுவண்டியில் வந்து இறங்குகிற மோகனா தன்னையும் மறந்து அப்படியே நின்று விடுவாள். சண்முகமும் கூட முதன் முதலில் மோகனாவைப் பார்க்கிறபோது தன்னை மறந்து அவளுடைய அழகில் இலயித்துப் போவார். ஆனாலும் இருவருக்கும் முதல் சந்திப்பு என்பது மோதலிலேயே முடிந்திருக்கும்.

'சண்முகம் தன்னுடைய நாட்டியத்தைப் பார்க்காமல் போகிறாரே' என்கிற வருத்தத்தில் இருக்கும் மோகனாவிற்கு மறைந்து நின்று, சண்முகம் தன்னுடைய நாட்டியத்தை ரசிக்கிறார் என்பது பேரானந்தத்தைத் தருகிறது. கூடவே 'கடைசியில என் வழிக்கு வந்துட்டீங்களா!' என்கிற சிறிய எள்ளலும் அவளுக்குள் ஏற்படுகிறது. தமிழ் சினிமாவில் மிக நேர்த்தியாக வடிவமைக்கப்பட்ட பாடல்களில் ஒன்றாக 'மறைந்திருந்து பார்க்கும் மர்மமென்ன' பாடலைச் சொல்லலாம். ஐந்து நிமிடங்கள் வரும் நாட்டியத்தில், திறமை, பக்தி, வெட்கம், ஆளுமை, கிண்டல், பணிவு, சமர்ப்பணம் என எல்லாவற்றையும் சரியாகக் கலந்து கொடுத்த இந்தப் பாடல் இன்றும் நிலைத்திருக்கிறது. பாடிக்கொண்டிருக்கும்போதே 'சண்முகா' என சின்ன குறுஞ் சிரிப்போடு மோகனா பாடி ஆட, 'என் பேரையே சொல்றியா?' என்கிற மாதிரியான சண்முகத்தின் பாவனையும், 'என்னை ஆளும் சண்முகா' என்று அடுத்து சரணடையும் முத்திரைக் காட்டுகிறபோது, அதை ஆமோதிப்பது போல சண்முகம் சிரிப்பதும், நம்மை மறந்து பார்க்க வைக்கிற காட்சிகள்.

இவை எல்லாற்றிற்கும் மேல் "என் பொண்ணு பாடற நயன பாஷை எனக்குத் தெரியாதா?" என்று பத்மினியின் அம்மாவாக நடித்திருக்கும் வடிவு சொல்வார் பாருங்கள், அப்போது தெரியும் இவர்களின் காதலுக்கு வில்லி யாரென்று?.

இந்தியத் திரைப்படங்களின் சிறந்த காதல் காட்சிகளைத் தொகுக்கும்போது, இந்தப் படத்தில் வருகிற ரயில் காட்சியை சேர்க்காமல் விட முடியாது. ஒருபக்கம் பாலையா 'தனி ஆவர்த்தனம்' நடத்திக் கொண்டிருக்க, பத்மினியும், சிவாஜியும் கண்களாலேயே பேசிக்கொள்ளும் காட்சி 'க்ளாசிக்'. அதற்கு முன்பு தான் பத்மினி சிவாஜியிடம், "மதுரை கோயில்ல நாதஸ்வரம் வாசிக்கும்போது யாரும் தேங்காய் உடைச்சிடலியே" என்று சிவாஜியையே வெட்கப்பட்டு சிரிக்க வைத்திருப்பார்.

மோகனாவும், சண்முகமும் ஒருவர் மேல் ஒருவர் வைத்திருக்கும் அதீதப் பிரியமே அவர்களிடம் பாதுகாப்பின்மையை ஏற்படுத்தியிருக்கும். தன்னை விட்டு பணக்காரனைத் திருமணம் செய்து கொள்ள மோகனா சம்மதித்து விடுவாளோ என்கிற

சண்முகத்தின் அவசர முடிவு, ஒரு நாடகக்காரியினுடைய நெருக்கத்தில் தன்னை சண்முகம் வெறுக்கிறாரோ என்கிற மோகனாவின் பதைபதைப்பு என.. இருவரும் ஒருவருக்கொருவர் உருகுவது படம் முழுக்கவே கையாளப்பட்டிருக்கிறது.

சுப்பு எழுதிய நாவலில் இருவருக்கும் திருமணமாகி, குழந்தை பிறந்த பிறகும் கதை நீளும். ஆனால் திரைப்படம் எனும்போது விறுவிறுப்புக்காக சில மாற்றங்களை ஏ.பி. நாகராஜன் செய்திருந்தார்.

கண்டதும் காதல், காதலர்களுக்கிடையே மோதல், ஊடல், நண்பர்களின் ஆதரவு, கதாநாயகியை அடைய பலரும் முயற்சிப்பது, நாயகன்—நாயகி இருவருக்கும் இடையே உருவாகிற 'ஈகோ', டைமிங் காமெடி என.. தில்லானா மோகனாம்பாள் பாதிப்பில் தமிழ் சினிமாவில் தொடர்ந்து படங்கள் வெளிவந்து கொண்டே இருக்கின்றன.

சிவாஜியும், பத்மினியும் பல படங்களில் காதலர்களாகவும், கணவன் மனைவியுமாக நடித்திருக்கிறார்கள். தமிழ் சினிமாத் திரையின் ஒப்பற்ற ஜோடி என்று இவர்களைச் சொல்லலாம். ஒரு அன்னியோன்யமான தம்பதிகள் எப்படி ஒருவருக்கொருவர் விட்டுக்கொடுக்காமல் நடந்து கொள்வார்களோ, அதை அப்படியே திரையில் பிரதிபலித்தவர்கள் இவர்கள் கையில் கத்திக் குத்துப்பட்டு நகரத்து மருத்துவமனையில் இருக்கும் சண்முகத்திற்காக மோகனா உருகிக் கொண்டிருப்பார். எப்படியாவது சண்முகத்தைப் பார்த்துவிட வேண்டும் என்று துடித்துக் கொண்டிருப்பாள் மோகனா. இருவரும் கலந்து கொள்ளும் ஒரு கச்சேரி வாய்ப்பு வரும். 'சண்முகத்திடம் பேசவே கூடாது' என்கிற வடிவாம்பாளின் நிபந்தனையோடு கச்சேரியில் ஆட வருவாள் மோகனா. நீண்ட நாட்களுக்குப் பிறகு அவர்கள் சந்தித்துக் கொள்ளும்போது இருவரும் கண்களாலேயே வெளிப்படுத்தும் நல விசாரிப்பு ஒன்று போதும்.. மற்ற திரை ஜோடிகளின் 'கெமிஸ்ட்ரியை' தூக்கிச் சாப்பிட !. இதற்காகவே பல்லாண்டுகள் இந்திய சினிமாவை ஆண்டுவிட்டு, திருமணமாகி அமெரிக்கா போய் தங்கிவிட்ட பத்மினியை, இந்தப் படத்திற்காக மறுபடியும் அழைத்து வந்திருப்பாராக இருக்கும் ஏ.பி நாகராஜன்.

கொத்தமங்கலம் சுப்பு தனது நாவலில், தில்லானா போட்டியைப் பற்றி பத்து பக்கங்களுக்கு எழுதியிருப்பார். அதை நாம் வாசித்து முடித்ததும் நாமே நாதஸ்வரம் வாசித்து ஆடியது போல மூச்சு வாங்கும். அந்தளவு நுணுக்கமாகவும், விறுவிறுப்பாகவும் போட்டியை வர்ணித்திருப்பார். இப்படியொரு ஆடலை ஆடுவதற்கு அப்போது பத்மினியை விட்டால் கதாநாயகிகளில் வேறு யார் இருந்திருக்க முடியும்? . அதனால் தான் அமெரிக்காவில் இருந்து பறந்து வந்து இந்தப் படத்தில் நடித்தார் பத்மினி. தனக்கு நன்றாகத் தெரிந்த பரதக் கலையை பத்மினி ஆடியதில் வியப்பேதும் இல்லை என்று சொல்லலாம். ஆனால் நாதஸ்வரத்தின் அரிச்சுவடி கூட தெரியாத சிவாஜி, நாதஸ்வரத்தை இசைப்பதாக நடித்தது... இப்போது வரை பாராட்டைப் பெற்று வருகிறது.

இந்தப் படத்திற்காக யாரை நாதஸ்வரம் வாசிக்க வைக்கலாம் என்று யோசித்தபோது, சிவாஜியின் பரிந்துரையின்பேரில் மதுரை சகோதரர்களான.. சேதுராமன் மற்றும் பொன்னுசாமியை அணுகினார்கள். இவர்களின் கச்சேரியை சிவாஜி காரைக்குடியில் கேட்டிருந்தார். 'திரைப்படதிற்கெல்லாம் வாசிப்பதில்லை' என்று மறுத்தவர்களிடம் சிவாஜியே நேரில் சென்று கதையைப் பற்றி விளக்கி, வாசிக்க சம்மதிக்க வைத்திருக்கிறார். "நலந்தானா" பாடலில்.. இந்தப்பெண் பட்டப் பாட்டை யார் அறிவார்?" என்று பி.சுசிலா உருகும்போது, அதை நாதஸ்வரத்தில் வாங்கி முடித்து வைப்பார்கள் பாருங்கள் நாதஸ்வர சக்ரவர்த்திகள்... அப்போது பார்வையாளர்கள் எப்படி ரசிப்பார்களோ அப்படி பாலையா ஒரு பாவனை கொடுத்திருப்பார். படத்தினைத் தொடர்ந்து பார்த்துக் கொண்டிருப்பவர்களை 'ஆஹா' போட்டு ரசிக்க வைத்த இடம் அது.

அதே போல் தவில் வித்வான் முத்துராக்காக நடித்த பாலையா படத்தின் மற்றொரு கதாநாயகன். உடம்பில் தசை ஆட தவில் வாசிக்கும் அவரது நடிப்பு, அதை வெறும் நடிப்பு என்று மட்டும் எப்படி சொல்லிவிட முடியும்? முத்துராக்கு தான் முதன்முதலாக சண்முகம், மோகனாவை விரும்பத் தொடங்கிவிட்டார் என்பதை புரிந்து கொள்வார். 'திருவாரூர்ல எனக்கு சோடாக்

கடைக்காரரைத் தெரியும்' என்று சன்முகத்தோடு ஒட்டிக் கொண்டே நகைச்சுவை அள்ளித் தெளிக்கும் முத்துராக்கு தான்.. சண்முகம் மனமொடிந்து நிற்கும்போது, 'தம்பி எனக்கே இப்படியிருக்கே, உங்க மனசு என்ன பாடு படும்?' என்று தோழமையுடன் பரிந்து பேசுவார். இங்க்லீஷ் நோட்சினை தனது தவில் கொண்டு முடித்துவிடும் இடத்தில் பாலையாவின் உடல்மொழி அபாரம். இவருக்கு பின்னணியாகத் தவில் வாசித்தவர் திருவிடைமருதூர் வெங்கடேசன் அவர்கள். இவருக்கே பாலையா தான் நேரடியாக வாசித்திருப்பாரோ என்ற சந்தேகம் வந்திருக்கக்கூடும்!

சண்முகத்திற்கு தவில் வித்வான் முத்துராக்கு ஒரு ஆப்த சிநேகிதர் என்றால், மோகனாவுக்கு மிருதங்க வித்வான் வரதன்தான் காதல் தூதுவரர். படத்தில் வரதனுக்கு பின்னணியாக மிருதங்கம் வாசித்த கலைஞர் மதுரை டி. ஸ்ரீனிவாசன் அவர்கள்.

இவர்களையெல்லாம் மிஞ்சக்கூடிய ஒருவர் இந்தப் படத்தில் உண்டு. 'சிவாஜி அண்ணன், பாலையா அண்ணன்லாம் இருக்காங்க..நான் எப்படி நடிக்கறது.. ? " என்று இயக்குநரிடம் தயங்கிய ஆச்சிதான் 'ஜில் ஜில் ரமாமணி'யாக அத்தனைப் போரையும் ஓரங்கட்டிவிட்டு விஸ்வரூபம் எடுத்து நின்றார். அவருடைய காதலும் சும்மா இல்லை. அவருடைய காதலன் நாகலிங்கம் மோசமானவன் என்பது தெரிந்தும், 'செயில்ல இருந்து வந்தபிறகாவது அவரு நல்லமாதிரி இருக்கணும்' 'என்று கடைசி வரை காதலனுக்காக காத்திருக்கும் வெள்ளந்தியானப் பெண்ணி. சுப்புவின் நாவலில் மிக முக்கிய கதாபாத்திரம் இந்த ரமாமணிக்கு. தீக்காயம் எல்லாம் பட்டபிறகும் சன்முகத்தையும், மோகனாவையும் காப்பற்ற பல முயற்சிகளை ரமாமணி கதாபாத்திரம் செய்யும். 'சிக்கலார் மனசுக்கு ஏத்தபடி நடந்துக்கோ' என்று மோகனாவிடம் வேண்டும்போது, பத்மினியுடன் சேர்ந்து பார்வையாளர்களும் நெகிழ்வார்கள் என்பது உறுதி.

படம் ஆரம்பித்து சரியாய் 45 நிமிடங்கள் கழித்து தான் திரையில் வருவார். வந்த நொடியில் இருந்து ஆர்ப்பாட்டம் தான். இப்படியொரு கதாபாத்திர வடிவமைப்பு இனி இருப்பதற்கில்லை. அப்படியே இருந்தாலும், அது வைத்தியின் சாயல்

கொண்டதாகவே இருக்கும். "இந்த வைத்தி இல்லேன்னா..இந்த லோகத்துல நல்லதும் நடக்காது... கெட்டதும் நடக்காது" என்று சுய அறிமுகம் செய்து கொண்டு தொடங்கும் நாகேஷ் தனது சவடால்த்தனத்தை, கடைசியில் போலிஸ் வந்து கைது செய்யும் வரை நீட்டித்துக் கொண்டே போவார். வடிவும், வைத்தியும் சந்தித்துக் கொள்ளும் காட்சிகள் அத்தனையும் சுவாரஸ்யம் கொண்டவை.

"எவ்வளவு பெரிய கழுத்து வச்சிருக்கே..ரெண்டே ரெண்டு நகை போட்டுருக்கே..எவ்வளவு இடம் வீணாப் போறது..அள்ளி அள்ளிப் போட்டுக்கறது..இதெல்லாம் ஒருத்தர் சொல்லணும்" என்று வடிவிடம் எதைச் சொன்னால் செல்லுபடியாகும் என்று அறிந்து சொல்லும் பாத்திரம்.

"அஞ்சு கட்டத்தையும் ஆள வேண்டியவ நீ..தப்பித் தவறி மோகனாவுக்கு அம்மாவா பொறந்துட்டே....என்ன ஒரு மூஞ்சி... அதுல எவ்வளவு பெரிய பொட்டு..இடமிருக்கு வச்சிக்கற... அது சரி" என்று வடிவை பார்க்குந்தோறும் இடக்காகப் பேசும் கதாபாத்திரம் வைத்திக்கு. அசராமல் ஆடியிருப்பார் நாகேஷ். நகைச்சுவையில் டைமிங் பிசகாமல் பேசப்பட்ட வசனங்கள் ஒவ்வொன்றும்.

வடிவிடம் பேசிவிட்டுப் போகையில் அவர் வீட்டு பணிப்பெண் அபரஞ்சியை 'சைடு வாக்கில்' பார்த்துவிட்டு செல்லும் அந்த உடல்மொழி...அவர் கலைஞன்.

தமிழ் சினிமாவின் ரசிகர்கள் பல விதங்களில் கொடுத்துவைத்தவர்கள். அதிலும் சிவாஜி கணேசன், கண்ணதாசன், கே.வி மகாதேவன், ஏ.பி நாகராஜன் கூட்டணியை ரசிப்பதற்கு தனி மனநிலை தேவையில்லை. எப்போது இவர்கள் கூட்டணியின் பாடல்கள் இசைக்கப்பட்டாலும் அது ஒரு மனநிலையைத் தந்துவிடும். பெரும்பாலும் இந்தக்கூட்டணித் திரையிசை.. பக்திப் பாடல்களுக்கு பெயர் பெற்றது என்றாலும், தில்லானா மோகனாம்பாள் இசையைப் பொறுத்தவரை அது நாதஸ்வர இசைக்கு செய்த மாபெரும் சமர்ப்பணம். படத்தின் தொடக்கத்தில் இருந்து எங்கெங்கு நாதஸ்வரத்தின் இனிமையைத்

தர இயலுமோ அங்கெல்லாம் இசைத்திருக்கிறார்கள். 'ஆயிரம் கண் போதாது வண்ணக்கிளியே' என்று கேட்டுக் கொண்டிருக்கும்போதே இங்க்லீஷ் நோட்ஸுக்கு அழைத்து செல்லும் இசை. இந்த இங்க்லீஷ் நோட்சினை அமைத்தவர் ஹரிகேசநல்லூர் முத்தையா பாகவதர்.

தமிழ்நாட்டில் நாதஸ்வர இசைக்கு ஒரு மரபு உண்டு. திருவாவடுதுறை இராசரத்தினம், காருகுறிச்சி அருணாசலம் என இவர்கள் செய்த மகத்தான சாதனையால் நாதஸ்வரம் இந்தியா எங்கும் ஒலிக்கப்பட்டது. தமிழ்நாட்டின் இராஜ இசை வாத்தியம் என்பதற்கு அத்தனை பொருத்தம் கொண்ட வாத்தியம் இது. தமிழ்சினிமாவில் பிரதானமாக இந்த இசைக்கருவியை முன்வைத்து படமெடுக்கும்போது அதற்கான அத்தனை நியாயங்களையும் செய்ய வேண்டியிருந்தது. மதுரை சகோதரர்களான பி.என் பொன்னுசாமி மற்றும் பி.என் சேதுராமன் இவர்களை அழைத்து, சென்னை ஸ்டுடியோவில் பதினாறு நாட்கள் வாசிக்க வைத்திருக்கிறார்கள். கே.வி மகாதேவன் அவர்கள் ஒரு மரபான இசையை வெகுஜனமாக்க எடுத்துக் கொண்ட முயற்சி எப்போதும் நினைவுகூரப்படவேண்டியது. அதே போல நாதஸ்வர இசைக்கு ஏற்றது போல அந்த லயத்துக்கு கண்ணதாசன் எழுதிய வரிகள்..மெனக்கிடல் இல்லாமல் இது சாத்தியப்பட்டிருக்காது. ஆனந்த விகடனில் வெளிவந்த 'தில்லானா மோகனாம்பாள்' தொடர்கதையை ஜெமினி பிக்சர்ஸ் சார்பில் படமாக்க நினைத்த திரு. எஸ். எஸ். வாசன், ஏ.பி நாகராஜன் அவர்களுக்கு விட்டுக் கொடுத்ததன் நியாயத்தை இந்தக் கூட்டணி சிறப்பாக செய்திருந்தார்கள்.

இந்தத் திரைப்படத்தில் நடித்தவர்கள், பணியாற்றியவர்கள் யாரும் தற்போது நம்மோடு இல்லை. ஆனால் 'தில்லான மோகனாம்பாள்' நம் காலம் கடந்து காதல், கலைக் காவியமாக நிற்கும் என்பதில் சந்தேகம் இருக்க முடியுமா என்ன? எப்படியும் தமிழ் சினிமா இந்தத் திரைப்படத்தை பல வகையிலும் நினைவில் வைத்துக் கொள்ளும் வாய்ப்பை நமக்குத் தந்து கொண்டே தான் இருக்கும்.

சுந்தர் ராவ் நட்கர்ணி

ஒரு திரைப்படத்தை உருவாக்க அடிப்படையான திரைக்கதை, படத்தொகுப்பு, ஒளிப்பதிவு, இயக்கம் இவற்றில் எல்லாம் திறன் வாய்ந்தவர்கள் ஒன்று சேரும்போது படம் வெற்றி பெறும். இவையெல்லாம் அறிந்த ஒருவர் திறனும் வாய்க்கப் பெற்றிருந்தால்.. அப்படித் தான் சுந்தர் ராவ் நட்கர்ணியின் படங்கள் ஜெயித்தன. இயக்கிய அநேகப் படங்களுமே நூறு நாட்களுக்கு மேல் ஓடியவை. மௌனப் படக் காலகட்டத்தில் இருந்து படங்கள் இயக்கத் தொடங்கி நாற்பது ஆண்டு காலம் தொடர்ந்து பணி செய்திருக்கிறார். மௌனப் படக் காலகட்டதில் இவர் இயக்கிய ஒன்பது படங்களும் இந்திப் படங்கள். இவரின் முதல் பேசும் படத்தினை தமிழில் இயக்குகிறார், படத்தின் பெயர் 'சாந்தா சக்குபாய்'.

மராட்டிய மாநிலத்தில் இறைவன் பண்டரிநாதரின் பக்தர்களில் பிரபலமானவர் சக்குபாய். 1939ல் வெளிவந்தது. படத்தின் டைட்டில் கார்ட், பண்டரிபுரத்தின் காட்சிகளில் தொடங்கும். படத்தின் இடையிலும் சக்குபாய் பண்டரிபுரம் செல்லும் காட்சியை கோயில் வளாகத்திலும் அதைச் சுற்றிலும் படமாக்கியிருக்கிறார். இவையெல்லாம் இந்தப் படத்தை மற்றப் படங்களில் இருந்து வேறுபடுத்திக் காட்டியிருந்தன. அதோடு மராட்டியக் கதை என்பதால் எல்லோருமே மராட்டிய பாணி உடைகளையே அணிந்திருப்பார்கள். ஆனால் தமிழில் பேசுவார்கள். பார்ப்பதற்கு வித்தியாசமாக இருக்கும்.

சுந்தர்ராவ் நட்கர்ணி அந்தக் காலகட்டத்தின் திரைப்படங்கள் எதைப் பேசுபொருளாக எடுத்துக் கொண்டதோ, அதைத் தான் தன்னுடைய படங்களிலும் வைத்திருந்தார். ஆனால் சொன்ன விதமும், அவருடைய உருவாக்கமும் நேரடியாக இருந்தன. அப்படியான ஒருவர் தனது பாதையை மாற்றுகிறார். கதை பழசு தான், சொல்கிற விதத்தில் அசரடிக்கிறேன் என்று சொல்லி வைத்து எடுத்தது போன்றதான ஒரு படத்தினை எடுத்தார். அந்தப் படம் 'ஹரிதாஸ்'.

'ஹரிதாஸ்' இந்திய சினிமாவே மறக்கவியலாத படம். சுந்தர் ராவ் நட்கர்ணி என்கிற இயக்குநரைத் தெரியாது என்பவர்கள் கூட ஹரிதாஸ் படத்தினைத் தெரிந்து வைத்திருப்பார்கள்.

தொடர்ந்து தமிழ்நாட்டில் 133 வாரங்கள் ஓடிய திரைப்படம். சென்னை பிராட்வே சன் திரையரங்கில் தொடர்ந்து மூன்று தீபாவளிக்கு ஓடிய படமென்கிற சரித்திரம் இந்தப் படத்துக்கு உண்டு. அப்படியென்ன இந்தப் படத்தில் விசேஷம்? சுந்தர் ராவ் நட்கர்ணி இந்தப் படத்தை எப்படி சொல்ல வேண்டும் என்று முடிவெடுத்தது தான் விஷயம்.

'ஹரிதாஸ்' படத்தின் கதை 'ஸ்ரீ பக்த விஜயம்' என்கிற நூலில் இருந்து எடுத்தாளப்பட்டது. இந்த நூலானது இறைவன் கிருஷ்ணரின் வெவ்வேறு விதமான பக்தர்களைப் பற்றிச் சொல்கிறது. பெரும்பாலும் வடநாட்டில் உள்ள பக்திப் பாடல்களை புனைந்தவர்கள் பற்றிய கதைகள் கொண்ட புத்தகம். துக்காராம், மீரா, கபீர் தாஸ், சூர்தாஸ் போன்றவர்களைப் பற்றியது. எல்லோருமே எளிமையான வாழ்க்கையை வாழ்ந்து கிருஷ்ணர் மீது கொண்ட பக்தியினால் கிருஷ்ணரை நேரில் தரிசனம் செய்தவர்களாக சொல்லப்படுபவர்கள். இந்தப் புத்தகத்தின் பாதிப்பில் இருந்தே இதே போன்ற ஒரு கதையை இளங்கோவன் என்பவர் எழுதுகிறார். அதற்குத் திரைக்கதை வடிவம் கொடுத்து 'ஹரிதாஸ்' படமாக எடுக்கிறார் சுந்தர் ராவ். ஏற்கனவே 'சாந்தா சக்குபாய்' படத்தினை இதே போன்ற களத்தை மையமாகக் கொண்டே இயக்கினார். இது போன்ற பக்தர்களின் கதைகள் அதற்கு முன்பும் தமிழ்த்திரையுலகில் அதிகம் வந்திருக்கின்றன. கதை புதிதில்ல. ஆனால் திரைக்கதை புதிது.

ஹரிதாஸ் படம் வெளியான ஆண்டு 1944. இரண்டாம் உலக யுத்தம் நடந்துகொண்டிருந்த நேரம். அதுவரை யுத்தத்தினால் இந்திய சினிமாவின் நிலை சொல்லும்படியாக இல்லை. அப்படியே படங்கள் வெளிவந்தாலும் புராண, இதிகாசப் படங்களாக வந்து கொண்டிருந்தன. அதிலும் ஹரிதாஸ் வெளியான அதே ஆண்டில் வெளிவந்த அனைத்துப் படங்களுமே புராணப் படங்கள் தான். ஹரிதாஸும் இதே வகைமையைச் சேர்ந்தது தான் என்றாலும், மக்கள் இந்தப் படத்தை மட்டும் அப்படிக் கொண்டாடினார்கள். புராணப் படத்தில் யதார்த்தத்தையும், நவீனத்தையும் சேர்த்திருந்தார் சுந்தர் ராவ்.

படத்தின் கதாநாயகன் பெயர் ஹரிதாஸ். முதல் காட்சியில் அவர் குதிரையில் பாடிக்கொண்டே வருகிறார். 'வாழ்விலோர் திருநாள்' என்று பாடிக்கொண்டு வரும் அவரைப் பார்க்கும் பெண்கள் ரசிக்கின்றனர். சிலர் ஓடுகின்றனர். ஓடுகிற பெண்களை ஹரிதாஸ் ரசிக்கிறார். இப்படி கதாநாயகனின் அறிமுகமும், அவரது கதாபாத்திரத்தையும் ஒரே பாட்டில் புரியவைத்துவிடுகிறார். பெண்களைப் பார்த்து விசிலடிப்பதும், கண்ணடிப்பதும் என அப்போதைய 'ரோமியோ' வகை கதாபாத்திரம் அது. பெண் பித்தன் என்பதை இத்தனை நவீனமாக ஒரு படமும் அப்போது கையாண்டிருக்காது. ஏன் தியாகராஜா பாகவதர் அத்தனை பேருக்கும்.. குறிப்பாக பெண்களுக்கு பிடித்தவரானார் என்பதன் அர்த்தம், இந்தப் பாடலில் நன்கு விளங்கும்.

மொத்தமே இந்தப் படம் 10,994 அடிகள் தான். இரண்டு மணிநேரத்தில் படம் முடிந்துவிடும். இதில் 45 நிமிடங்கள் பாடல்களுக்கானது. மீதி உள்ள ஒன்றேகால் மணி நேரத்தில் கதை சொல்லப்பட்டிருக்கிறது. அந்த ஒன்றேகால் மணி நேர கதையை சுவாரஸ்யமாக சொல்லியிருக்கிறார்கள். எம்.கே.டி இருப்பதால் பாடல்கள் நிச்சயம் வெற்றி பெறும் என்று தெரிந்திருக்கும். பாடல்களுக்காகவே அப்போதும் இப்போதும் ரசிகர்கள் உண்டு

இல்லையா. அதிலும் பாகவதருக்கு கேட்கவே வேண்டாம். கூடவே பாடகி வசந்த கோகிலம் வேறு படத்தில் இருக்கிறார். வசந்த கோகிலம் தான் ஹரிதாஸின் மனைவியாக நடித்து பாடல்களைப் பாடியும் இருக்கிறார். இவர்களோடு கலைவாணரும் மதுரமும் இருக்கிறார்கள். அதனால் காட்சியில் எத்தனை தூரம் ஆர்வத்தைக் கூட்டமுடியுமோ அதைச் செய்திருக்கிறார்கள். எந்தக் காட்சியிலும் அழுகையும், சோகமும் இல்லை என்பதே படத்துக்கு ஒரு கொண்டாட்ட மனநிலையைக் கொடுத்திருக்கும். கைத் தட்டி உற்சாகப்படுத்திக் கொள்ள பார்வையாளர்களுக்கு ஏராளமான காட்சிகள் உண்டு. யுத்தத்தினால் சோர்வைக் கொண்டிருந்த மக்களுக்கு இந்தப் படம் பெரும் பொழுதுபோக்காகவும் மன அழுத்தத்தை மாற்றுகிற உற்சாகமாகவும் அமைந்திருக்கும்.

கணவன் ஒரு பெண்ணை வீட்டுக்கே வரவழைத்து ஆடிப் பாடுகிறார் என்று ஒரு மனைவிக்குத் தெரிந்தால் என்னவாகும்? மூலையில் உட்கார்ந்து அழுவதோ, கணவனே கண்கண்ட தெய்வம் என தொழுது அனுப்பி வைப்பதோ இந்தப் படத்தில் இல்லை. கையில் கம்புடன் சுவர் ஏறிக் குதித்து, ஆட்டத்தினைக் கண்டுகொண்டவர்களை ஓட ஓட விரட்டும் கதாபாத்திரம் தான்.. ஹரிதாஸின் மனைவி. கடைசி வரை எங்கும் அழுது கொண்டிருக்காமல் 'பிராக்டிகலாக' யோசிக்கிற ஒரு பெண் அவர்.

டி.ஆர் ராஜகுமாரி ரம்பை எனும் நடனமாடும் பெண்ணாக நடித்திருக்கிறார். அவருடைய அழகும் கம்பீரமும் பிரபலமானது. 'மன்மதலீலையை வென்றார் உண்டோ' பாடலில் அவர் கொடுக்கும் பறக்கும் முத்தம் அத்தனை பிரபலம்.

ஹரிதாஸ் தனது மனைவியின் பேச்சைக் கேட்டு அம்மா அப்பாவை வீட்டை விட்டு துரத்துகிறார் என்பதும், அதன்பிறகு தன்னைக் கட்டுப்படுத்த ஆள் இல்லாமல் ரம்பையுடன் வாழ்ந்து, தனது சொத்துகளை அவள் பெயரில் எழுதிவைத்து நடுத்தெருவுக்கு வருகிறார் என்பது வரைக்குமான கதைக்கும். அதன் பிறகு வருகிற கதைக்கும் தொடர்பே இருக்காது. கதையின் பிற்பகுதிக்கான எந்தச் சாயலையும் கதையின் முற்பகுதி கொண்டிருப்பதில்லை. இது தான் இந்தப் படத்தின் முக்கிய அம்சம். தன்னை அடித்து விரட்டிய ஹரிதாஸின் மனைவி லக்ஷ்மியை பழிவாங்க ஆட்களை ஏவுகிறாள் ரம்பை. ஒரு பெண்ணை ஒரு பெண்ணே ஆள் விட்டு அடிக்க அனுப்பிய ஆதி காலப் படம் எனவும் சொல்லலாம்.

ஹரிதாஸ் ரம்பையிடம் தஞ்சமடைகிறான். மதுப்பழக்கத்துக்கு ஆளாகிறான். அங்கும் கூட ஹரிதாஸை மதுப்பழக்கத்துக்கு ஆளாக்க, ரம்பை செய்வதை இப்போது பார்க்கையிலும் ஆச்சரியம் ஏற்படுகிறது. பின்னாட்களில் பல வணிக ரீதியான படங்களில், வில்லனின் குழுவில் இருக்கும் பெண்களின் முன்மாதிரி.. இந்த ரம்பை தான். தான் முதலில் மது அருந்திவிட்டு 'இதுவா விஷம் என்கிறீர்கள்..தேவன் கொடுத்த அமிர்தமல்லவா' என்று ரம்பை கொஞ்சலோடு சொல்கிறபோது, மறுபேச்சில்லாமல் வாங்கி அருந்துகிறான் ஹரிதாஸ். 'முடிந்தது கதை' என்று பார்வையாளர்கள் 'உச்' கொட்டியிருப்பார்கள். அப்படியான காட்சி இது.

படத்தின் இரண்டாம் பகுதி தான் 'ஸ்ரீ பக்த விஜயம்' சாயல் கொண்டது. அப்போதைய படங்கள் புராண சாயல் கொண்டவையாக அமைய வேண்டும் என்கிற கட்டாயத்தினால் எடுக்கப்பட்ட காட்சிகளாக அமைந்திருக்கும். ஹரிதாஸ் ஒரு முனிவரையும் அவரால் சாப விமோசனம் பெற்ற மூன்று பெண்களையும் மட்டமாகப் பேசுகிறார். முனிவரிடம் "கஞ்சா அடித்துவிட்டு போதையில் இருக்கும் நீ.. தியானம் செய்யும் முனிவரா..? மூன்று பெண்களுடன் சல்லாபம் செய்வதற்குப் பெயர் சாப விமோசனமா?" என்று பேச முனிவர் கோபத்தில் ஹரிதாஸின் கால்களை துண்டித்துவிடுகிறார். பக்த விஜயக் கதைக்குள் செல்கிற காட்சி இது. ஹரிதாஸ் திருந்துகிறார்.

கிருஷ்ணர் காட்சி கொடுக்கிறார். லக்ஷ்மியோடும் அப்பா அம்மாவுடனும், ஹரிதாஸ் ஆன்மீக வாழ்க்கை வாழ்கிறார் என்பதாக அப்படம் முடிகிறது.

கிருஷ்ணரே தரிசனம் தந்தாலும் பெற்றோரின் சேவை தான் பெரிது என்கிறார் ஹரிதாஸ். இப்படியான மனமாற்றத்தை ஹரிதாஸ் அடைவதற்கு, அவர் எப்படிப்பட்ட உல்லாசப் பேர்வழியாக இருக்க வேண்டும் என்பதையே.. முதல் ஒன்றே கால் மணி நேரக் கதையும் பாடல்களும் சொல்கின்றன. மக்களும் அதற்காகவே திரும்பத் திரும்ப படத்தை ஓட வைத்தார்கள்.

வெறும் மனமாற்றம் பெறும் ஒருவராக ஹரிதாசைக் காட்டியிருந்தால் இத்தனை தூரம் படம் வெற்றி பெற்றிருக்கும் என்று சொல்ல முடியாது. எந்தக் கதையையும் 'சுவாரஸ்யம் குறையாத திரைக்கதை' மூலம் சொல்லலாம் என்பதற்கு ஹரிதாஸ் சிறந்த உதாரணம்.

ஒவ்வொரு படத்திலும் இவர் கையாளும் திரைக்கதை அலாதியானது. ஒவ்வொரு காட்சியையும் ஆர்வமூட்டக்கூடிய

வகையில் கொடுப்பதை இயல்பாகவே அவர் செய்திருக்கிறார்.

'மகாதேவி' படத்தில் மகாதேவியாக சாவித்திரி நடித்திருப்பார். முதல் காட்சியில் சோழர்கள் ஒரு நாட்டினைக் கைப்பற்றுகிறார்கள் என்பதாக தொடங்கும். வல்லபன் என்கிற கதாபாத்திரத்தில், எம்ஜிஆர் சோழ நாட்டின் சேனாதிபதியாக நடித்திருப்பார். கைப்பற்றப்பட்ட நாட்டின் இளவரசி சாவித்திரி. சாவித்திரி வாள் சண்டை இடும் காட்சியில்தான் படம் தொடங்கும்.

பிறகு, மகாதேவியை யார் திருமணம் செய்வது என்று நடக்கும் போட்டியில் வல்லபன் வந்து கலந்து கொள்வதெல்லாம், அத்தனை சுவாரஸ்யமான திருப்பங்கள். இந்தப் படத்துக்கு வசனம் கண்ணதாசன். அப்போதைய அரசியலையும் இந்தப் படத்தையும் ஒப்பிட்டுப் பார்க்காமல் இருக்க முடியாது. "உங்கள் நாட்டின் வீரம் என்றோ செத்துவிட்டது. இந்த ஒருவரைத் தவிர உங்கள் நாட்டில் வீரர்களே இல்லாதிருக்கும்போது இவருடைய வீரத்தில் நம்பிக்கையில்லாத நான் போட்டியிடுவதில் தவறென்ன?" என்று சாவித்திரி கேட்பதும், அடுத்து யாரை நாட்டின் பாதுகாவலராகத் தேர்ந்தெடுக்கலாம் என்னுமிடத்தில் "சின்னவர் மன்னவராக இருக்கலாம்.." என்று சபையினர் எம்ஜிஆரை முன்னிறுத்துவதும், திரைப்படம் 'நேரடியாகவும் மறைமுகமாகவும் அரசியல் பிரச்சாரத்தை முன்னெடுக்க முடியும்' என்பதற்கான உதாரணங்கள். இந்தப் படம் முழுக்க ஆட்சி அதிகாரத்தில் விருப்பமேயில்லாத வல்லபனுக்குத்தான் பொறுப்புகள் தேடிவருகின்றன என்பது போன்றதான காட்சிகள் பல உண்டு.

எந்தப் படத்தின் காட்சியும் ஒன்றரை நிமிடங்களுக்கு மேல் நீள்வதில்லை. அடுத்தடுத்து என்று சென்று கொண்டிருக்கும் காட்சிகள் இவரது திரைக்கதையின் பலம்.

எங்கே காட்சியைத் தொடங்கி முடிக்க வேண்டும் என்பதில் சுந்தர் ராவ் தெளிவாக இருந்திருக்கிறார். இதற்கு அவர் ஒரு படத்தொகுப்பாளர் என்பதும் ஒரு காரணம். சரியான இடத்தில் 'டிசால்வ்' பயன்படுத்துவதும், எதைச் சொன்னால் போதுமானது என்பதிலும் அவர் காட்டிய விவேகம் இப்போதும் வியப்பளிக்கிறது.

அரசர் கால கதைகளாக 'ஹரிதாஸ்' 'மகாதேவி' போன்றவற்றை இயக்குகிறபோது, தேவைப்படும் இடத்தில் பிரம்மாண்ட காட்சியை வைக்கவும் இவர் தவறுவதில்லை. உதாரணமாக 'மகாதேவி' படத்தில் தீர்த்த யாத்திரை செல்வதற்காக மன்னர்கள் கிளம்பும்போது, பீரங்கி முழங்கி, வழிநெடுக குதிரைகளும் மக்களும் நிற்கும் காட்சி. இதையாவது சிறிது நேரம் நீட்டித்திருப்பாரா என்றால்... சில நொடிகள் மட்டுமே காட்டுகிறார். கதைக்கு எது தேவையோ அது மட்டுமே நமக்குக் காட்டப்படுகிறது.

அதே நேரம் 'கோடீஸ்வரன்' படம் அதிகமும் வெளிப்புறக் காட்சிகள் இல்லாமல் எடுக்கப்பட்டவை. இரு வீடுகள் தான் படத்தின் மையம். இந்த இரண்டு வீடுகளின் பணக்கார ஏழ்மை நிலையைக் காட்ட அவர் மெனக்கிட்டிருக்கும் விதம் கவனிக்கத்தக்கது.

'என் மனைவி' படத்தைப் பொறுத்தவரை, வீட்டுக்குள் மட்டுமே எடுக்க முடியாத கதை. சாரங்கபாணி கதாபாத்திரம் ஒரு நபரைத் தேடி படம் முழுவதும் அலைந்து கொண்டேயிருக்கும். அதற்குத் தேவையான வெளிப்புறங்களையும் காட்டியிருக்கிறார். கோடம்பாக்கம் பகுதி, நகரத்தில் இருந்து ஒதுக்குப்புறமான இடம் என்று 'வயல்வெளிக்குள் கட்டப்பட்ட வீடு'.. போன்றவை அப்போதைய சென்னையின் ஒரு காட்சி.

'என் மனைவி' படம் சுந்தர் ராவ் நட்கர்ணியின் மற்றொரு மாஸ்டர்பீஸ். நான்கே கதாபாத்திரங்கள். அவர்களுக்குள் நடக்கும் கதை. நால்வரும் ஒருவரையொருவர் சந்தேகப்படுவார்கள். ஒருவரை ஒருவர் இன்னாரென்று தெரியாமல் தேடிக்கொண்டிருப்பார்கள்.

இந்தப் படத்தில் இரு பணிப்பெண்கள் பேசும் காட்சி வரும். தமிழ் சினிமாவில் எத்தனையோ காட்சிகள் வந்தபின்னும், இரண்டு பணிப்பெண்கள் அவரவர் எஜமானியைக் குறித்து, அதி ஆர்வத்துடன் பேசுகிற காட்சி என்பது இதுவாகத் தான் இருக்கும். ஊஞ்சலில் உட்கார்ந்து அவர்கள் பேசுவதற்கு வைக்கப்பட்டிருந்த அந்த ஷாட்... கச்சிதம்.

இவரது பெண் கதாபாத்திரப் படைப்பு குறித்தும் சொல்லியே ஆக வேண்டும். அழுகை, விம்மல், சுய பச்சாதாபம் இவையெல்லாம் இல்லாத பாத்திர வடிவமைப்புகள். அத்தனை இயல்பு கொண்டவர்கள். சிறு செயற்கைத்தனமும் கொண்டிராதவர்கள்.

'கோடீஸ்வரன்' படத்தில் ஒரு காட்சியில் திருமணம் செய்து கொள்ள வேண்டி பெண் பார்க்க ஒரு மருத்துவர் வருவார். "பெண்ணுக்கு நடக்கத் தெரியுமா? பாடத்தெரியுமா..ஆடத் தெரியுமா?" என்றெல்லாம் கேட்டு சோதனை செய்தபின் "எழுதப் படிக்க வருமா?" என்பார். "வருமே" என்று அந்தப் பெண் மூன்று தடிமனான புத்தகங்களை எடுத்து வருவார்.

"இதெல்லாம் வீட்ல இருக்கிற பொஸ்தகங்கள் போலருக்கு.. உனக்கு எழுதப் படிக்க வருமான்னு கேட்டேன்" என்பார்.

"இதையெல்லாம் நான் வாசிச்சிருக்கேன்" என்பார் அந்தப் பெண்.

அந்த மருத்துவர் "எனக்கு இதை எல்லாம் பார்த்தா கண்ணு வலிக்கும்" என்று திருப்பிக் கொடுப்பார்.

இந்தப் படத்தில் நாயகியாக வரும் பத்மினி வருகிற காட்சிகளில் பலவற்றில் அவர் கையில் செய்தித்தாளோ, புத்தகங்களோ இருக்கும்.. கதாநாயகன் சிவாஜியோடு சமமாக பொருளாதாரம், சமூகம் என எல்லாவற்றையும் பேசுவார். ஒரு இடத்தில் கூட இவருடைய பெண் கதாபாத்திரங்கள் நாணிக் கோணி நின்றதே இல்லை. தடாலடியாகப் பேசும் பெண்கள் இவரது ஒவ்வொரு படத்திலும் உண்டு. அவர்கள் வரும் காட்சியெல்லாம் நன்றாகவும் ரசிக்கும்படியாகவும் அமைந்து விடுகிறது. இதை சுந்தர் ராவ் போகிறபோக்கில் செய்திருக்க முடியாது. திட்டமிட்டே வடிவமைத்திருக்கிறார். அவர் பார்த்த அல்லது சந்திக்க விரும்புகிற பெண்களை மட்டுமே கதாபாத்திரங்களாக காட்சிப்படுத்தியிருக்கிறார் என்றுகூட எடுத்துக் கொளஎல்லாம்.

'ஹரிதாஸ்' மற்றும் 'என் மனைவி' படங்களில் ஒரு பெண்ணை மற்றொரு ஆணோ பெண்ணோ கோபத்தில் திட்டும் வசனங்கள்

உண்டு. இன்று அந்த வசைகளை எல்லாம் படத்தில் வைக்கவே முடியாது. சென்சார் முதலில் கத்தரிக்கும், அதுமட்டுமல்ல சொல்லத் தகுந்த வசைகளும் இல்லை அவை. அந்தக் காலத்தில் ஒரு பெண்ணைத் தரக்குறைவாக பேசுவதற்கு மிக சகஜமாக இது போன்ற வார்த்தைகளை எல்லோருமே பயன்படுத்தியிருக்கிறார்கள் என்பது புரியவருகிறது.

பொதுவாக இவரது காலகட்டத்தில் வெளிவந்த படங்களில் கதாபாத்திரங்கள் உரையாடுகிறார்கள் என்றால், அநேகமும் நிற்பார்கள் பேசுவார்கள், நடப்பார்கள்..வெறும் உரையாடலுக்காகவே அந்தக் காட்சி அமைந்தது போல இருக்கும். இவரது ஒரு காட்சி கூட அப்படி இருப்பதில்லை. கதாபாத்திரங்கள் ஏதேனும் வேலை செய்து கொண்டோ அல்லது வேலைக்கு நடுவில் வந்து பேசுபவர்களாக இருப்பார்கள்.

சரியான ஒரு உதாரணம், ‘என் மனைவி’ படத்தில் நாட்டு வைத்தியரான சாரங்கபாணி தன்னுடைய நோயாளி ஒருவருக்கு வீட்டின் ஒவ்வொரு இடத்திலும் போய் மருந்தினைக் கலக்கிக் கொண்டே தன் மனைவியின் குணங்களைப் பற்றிப் பேசுகிற நீளக் காட்சியை சொல்லலாம்.

ஒரு நடுத்தர வர்க்கத்து வீட்டின் பொருட்கள் அந்தக் கால கட்டத்தில் எப்படியெல்லாம் இருந்திருக்கும் என்பதற்கு, இவரது படத்தினைப் பார்க்கலாம். வீட்டுக்குள் தான் காட்சி எடுக்கிறார் என்றால் வீட்டில் புழங்கும் பொருட்களை ‘ப்ராப்பர்ட்டியாக’ இயல்பாக கதாபத்திரங்கள் பயன்படுத்துகிறார்கள். அதே போல ஒரு பொருளில் இருந்து ஒரு ஷாட் தொடங்குவதையும் தனது படங்களில் அவர் அதிகம் செய்து காட்டியிருக்கிறார். வசனங்களுக்கு இடையில் இடைவெளி இல்லாமல் தொடர்ந்து அடுத்தடுத்து பேசக்கூடிய பாணியை இவர் பின்பற்றியதும் கூட, படத்தின் விறுவிறுப்பைக் கூட்டும் யுத்தியாக செய்திருக்கிறார்.

முழு நீளக் கதையில் முக்கியமாய் சொல்ல வேண்டிய கதைக்குள் நுழைவதற்கு அவர் நேரம் எடுத்துக் கொள்வதேயில்லை.

கதாபாத்திரங்கள் யார், பின்னணி என்ன, என்ன சிக்கல் நேரப்போகிறது, யாரால் சிக்கல் வரப்போகிறது என்று

சொல்வதற்கு மட்டும் சிக்கனமாய் சில காட்சிகள்.. பிறகு கதையின் மையத்துக்குள் போய்விடும் பாணி இவருடையது. இத்தனைக்கும் அதிக குழப்பமில்லாத ஒற்றை வாக்கியத்தில் சொல்ல முடிகிற, வழக்கமான கதை தான் இவர் எடுத்தாண்டவை. ஆனால் சொன்ன விதத்தில் தான் பல இயக்ககுநர்களுக்கும் முன்னோடியாக இருந்திருக்கிறார். பெரிய நடிகரே நடித்தாலும், அவர்கள் எப்போது காட்சிக்குள் வர வேண்டுமோ அப்போது தான் வருவார்கள். மகாதேவியில் எம்ஜிஆர் முதல் ஷாட்டில் வருவார். அதன்பிறகு மீண்டும் பதினைந்து நிமிடங்களுக்குப் பிறகு தான் அவர் 'ஹீரோ' என்பதையே நமக்குக் காட்டுவார். 'கோடீஸ்வரன்' படத்திலும் சிவாஜிக்கு இதே போன்றதான பங்களிப்பு தான். அதுவரை கதையைத் தூக்கி நிறுத்துவது கதாநாயகிகளே. விதிவிலக்காக, 'ஹரிதாஸ்' படத்தில் கதை ஹரிதாஸைப் பற்றியது என்பதால் முதலில் இருந்து எம்.கே.டி காட்டப்படுகிறார்.

இசைஞானமும் ரசனையும் கொண்டவர் என்பது இவரது படங்களின் பாடல்களில் வெளிப்பட்டிருக்கிறது. பாடகர்களைத் தொடர்ந்து நடிக்க வைத்தவர் என்று இவரைச் சொல்லலாம். சக்குபாய் படத்தில் 'கன்னடத்து குயில்' என்றழைக்கப்பட்ட 'அஸ்வத்தாமா' மற்றும் ஹரிகதா விற்பன்னரான 'பின்னி பாய்' இருவரும் நடித்திருப்பார்கள். 'ஹரிதாஸ்', 'வால்மீகி' படத்திலும் 'கிருஷ்ண விஜயம்' படத்தில் நாரதராகவும் பாடகி வசந்தகோகிலம் நடித்திருக்கிறார். கிருஷ்ண விஜயத்தில் பாடகர் ஏ.எல் ராகவன் நடித்திருப்பார். 'வால்மீகி' படத்தில் ஹொன்னப்ப பாகவதர் நடித்திருந்தார்.

'என் மனைவி', 'கோடீஸ்வரன்' போன்று யதார்த்த வகைப் படங்களை மிக அருமையாகத் தந்த சுந்தர் ராவின் புகழ், ஹரிதாஸ் படத்தில் பல படிகள் ஏறியது. அதனால் தானோ என்னவோ வேலைக்காரி, பராசக்தி போன்ற சமூகப் படங்கள் வெளிவந்த காலகட்டங்களிலும், இவர் இயக்கிய வால்மீகி, ஸ்ரீ கிருஷ்ண விஜயம் போன்ற பக்தி படங்கள் சற்று வீழ்ச்சியை சந்தித்தன. ஒருவகையில் இப்படியான படமெடுக்கும் கட்டாயம் இவருக்கு உருவாக்கப்பட்டிருக்கலாம்.

சுந்தர் ராவ் நட்கர்ணியின் படங்கள் இன்று நமக்கு சில காணக் கிடைக்கின்றன. ஆனால் இவரைப் பற்றிய தனிப்பட்ட விவரங்களும் செய்திகளும் கிடைக்கப்பெறவில்லை. நாற்பது ஆண்டு கால திரைப்பட வாழ்க்கையில் மொத்தமே பதிமூன்று படங்கள் தான் இயக்கியிருக்கிறார்.

ஒரு தேர்ந்த தொழில்நுட்ப மேதையாகவும், கதை திரைக்கதை குறித்த தெளிவும் கொண்ட, தமிழ் சினிமாவின் ஆளுமைமிக்க இயக்குநர் குறித்து தகவல்கள் என்னளவில் எங்கும் கிடைக்கப்பெறவில்லை என்பது வருத்தமாகவே இருக்கிறது.

இயக்கம், படத்தொகுப்பு, ஒளிப்பதிவு, சில விதிமுறைகளை தைரியமாக மீறியது என பலவற்றிற்கும் இவரை நினைவுகூரலாம் என்றாலும், பெண் கதாபாத்திர சித்தரிப்புக்கு இவர் கொடுத்த முக்கியத்துவத்திற்காக நினைவுகொள்வது, இன்னும் பொருத்தமாக இருக்கும்.

ஏ. சி. திருலோகசந்தர்

ஒரு இயக்குநரைப் பற்றிய குறிப்பு எழுதுகிறபோது, அவரது உயரத்தின் அளவையும் விக்கிபீடியா எழுதியது, ஏ. சி திருலோகசந்தருக்காகத் தான் இருக்கும். மனிதர்.. ஆறடி, மூன்று அங்குலம்.

பழைய திரைப்படங்கள் எனும்போது, அது குறித்து நமக்குள் இருக்கிற பிம்பத்தை மாற்றியமைக்கும் இயக்குநர்களில் ஒருவர் திருலோகசந்தர். இவருடைய படங்கள் நம்மை ஏமாற்றாதவை. ஒரு படத்தின் கதை போல் அவர் மற்றொன்றைக் கையாண்டதில்லை. எல்லாப் படங்களிலும் நாம் எதிர்பார்க்காத பலவற்றை வைத்திருப்பார்.

படம் பார்க்க வருபவர்கள் ஒவ்வொருவரும், திருப்தியுடன் திரும்ப வேண்டும் என்று நினைத்து ஒருவர் படம் எடுத்தால் எப்படி இருக்குமோ, அப்படி அமைந்த படங்கள் இவருடையவை. இவர் படம் இயக்க வந்த காலகட்டத்தில், தமிழ் சினிமா பல்வேறு தரப்பட்ட இயக்குநர்களால் இயங்கிக் கொண்டிருந்தது. குடும்பத்தை மையமிட்ட கதைகள், சமூகப் புரட்சி செய்பவை, ராஜா ராணி கதைகள் என ஒவ்வொரு ரகம். இவற்றில் திருலோகச்சந்தரின் பாணி முற்றிலும் வேறானது. அவர் எது மாதிரியான கதையை சொல்லப்போகிறார் என்பதை யாரும் எதிர்பார்த்து விட முடியாது.

இதற்கு காரணம் இவரது வாசிப்புப் பழக்கமும், தேடலும் தான். அந்தக் காலகட்டத்தில் படித்தவர்கள் சினிமாத்துறைக்கு வருவது என்பது அபூர்வமான நிகழ்வாக இருந்தது. திருலோகசந்தர் எம்ஏ படித்தவர். இதுவே அவருக்கு பெரும் அடையாளத்தைத் தந்திருந்தது. அதோடு அவருக்கிருந்த ஆங்கில அறிவும், உலக இலக்கியங்கள் குறித்த பார்வையும் வெகு விரைவில் அவரை பிரபலப்படுத்திவிட்டது. ஆங்கிலத்திலும், உலக மொழிகளிலும் வெளிவரும் இலக்கியங்கள் மேல் அவருக்கு பெரும் ஈடுபாடு இருந்தது. வெவ்வேறு விதமான உளவியல் கொண்ட மனிதர்களை, கதை மாந்தர்களாக திருலோகசந்தர் இலக்கியங்களில் கண்டார். இதன் தாக்கம் இவருடைய படங்களில் வெகுவாக வெளிப்பட்டன.

திருலோகசந்தர் இயக்கியதில் 'இரு மலர்கள்' திரைப்படம், தமிழில் வெளிவந்த முக்கியத் திரைப்படம். இது மாதிரியான கதையைக் கையாள முதிர்ச்சி வேண்டும். சற்றுப் பிசகினாலும் சறுக்கி விடக்கூடிய அபாயம் உள்ள கதை. தீவிரமாகக் காதலித்த இருவர் பிரிகிறார்கள். நாயகனுக்கு வேறொரு பெண்ணுடன் திருமணம் ஆகிறது. மிக மகிழ்ச்சியான வாழ்க்கை. காதலி ஒருநாள் நாயகன் கண்ணில் பட்டுவிடுகிறாள். என்ன நடக்கிறது என்பது கதை. இந்தக் கதையை எப்படி வேண்டுமானாலும் சொல்லியிருக்கலாம். முதிர்ச்சி என்பது, ஒரு எட்டு வயது பெண் குழந்தை.. தன்னுடைய அப்பா தடம் மாறுவதைக் கண்டுபிடிக்கிறாள் என்பதைக் கையாண்டதில் இருக்கிறது.

இன்று இந்தப் படத்தை எடுத்தாலும் நமக்கு பல சந்தேகங்கள் வரும். குழப்பங்கள் ஏற்படும். இவை எதுவும் இந்தப் படத்தை தீண்டவில்லை என்பது, இதன் திரைக்கதையாசிரியரும், இயக்குநருமான திருலோகசந்தரின் திறமை.

திருலோகசந்தரின் படங்களின் கதையை கொஞ்சம் திருப்பினால், அது மென்சோக காவியமாகிவிடும். ஆனால் அந்தக் கதைகளைத் தான் மிக ஜனரஞ்சகமாகத் தந்திருப்பார். அடுத்து என்ன காட்சி என்று யூகிக்க முடியாத திரைக்கதையைத் தந்திருக்கிறார்.

'தெய்வ மகன்' படமெல்லாம் எவ்வளவு பெரிய சாதனை!! ஆஸ்கர் பரிந்துரைக்கு சென்ற முதல் தமிழ்த் திரைப்படம்.

உணர்வுகளின் குவியல் இந்தப் படம். வங்காளத்தில் புகழ்பெற்ற எழுத்தாளரான, நிகர் ரஞ்சன் குப்தா எழுதிய 'உல்கா' நாவலின் தழுவலே தெய்வ மகன். இந்தியிலும் வங்காளத்திலும் இந்த நாவல் படமாக்கப்பட்டன. எதுவுமே 'தெய்வ மகன்' படத்துக்கு இணையான வெற்றியைப் பெறவில்லை. மூன்று முறை இந்த நாவலைப் பாடமாக்கி வெற்றிப் பெறவில்லை என்றபோதிலும், திருலோகசந்தர் இந்தப் படத்தை எடுத்ததன் காரணம், அவர் தன்னுடைய திரைக்கதையையும், சிவாஜி கணேசன் எனும் கலைஞனையும் நம்பியது தான்.

நாவலின் கதையை மட்டும் எடுத்துக் கொண்டு, அதனை அப்படியே காட்சிப்படுத்தாமல், எந்த இடங்களில் எல்லாம் உணர்ச்சிகளைக் கொண்டு வர சாத்தியமுள்ளது என்பதைத் தெரிந்து, திரைக்கதை எழுதியதாலேயே.. 'தெய்வ மகன்' எப்போதும் மறுக்க முடியாத ஒரு படமாக இடம்பெற்றிருக்கிறது. நாவலின்படி விகாரமாக பிறந்த குழந்தையை பணக்காரர் ஒருவர் இஸ்லாமியத் தம்பதிக்குத் தந்துவிடுவார். அவர்கள் தங்களின் குழந்தை போல வளர்ப்பார்கள். குழந்தை இளைஞன் ஆனதும் அவனிடம் பிறப்பின் இரகசியத்தை சொல்லிவிடுவார்கள். அந்த இளைஞன் தன்னுடைய அம்மா அப்பாவைத் தேடிப் போவான் என்பதாக இருக்கும் கதை. இந்தியிலும், வங்காளத்திலும் நாவலின்படியே படமாக்கினார்கள். இஸ்லாமியப் பின்னணியில் வளரும் இந்துக் குழந்தை என்பது, கூடுதல் உணர்ச்சியினை நாவலுக்குத் தந்திருந்தது. திருலோகசந்தர் இதனை மாற்றுகிறார். இந்து முஸ்லிம் என்பது தமிழ் படங்களுக்கு அத்தனை வலு சேர்க்காது என்பதால் அந்தப் பின்னணிக்குள் திருலோகசந்தர் செல்லவில்லை.

பணக்கார தகப்பனால் கைவிடப்பட்ட குழந்தை, ஒரு அநாதை விடுதியில் வளருகிறது. இளைஞன் ஆனதும், தன்னை விடுதியில் சேர்த்த மருத்துவர் ஒருவருக்குத் தன் பிறப்பின் இரகசியம் தெரியும் என்பது தெரிந்து, அவரைத் தேடி வருகிறான் இளைஞன். பின்பு தன் தாய் தந்தையை அறிந்து கொள்கிறான். தன் முன்னே தன் குடும்பத்தைப் பார்த்து ஏக்கமும், ஆசையும், நிராசையும், பரிதவிப்பும் கொள்கிறான். இப்படியான உணர்வினைக் கதைக்குள் கொண்டு வந்ததாலேயே படம் தன்னை மேம்படுத்திக் கொண்டது.

நாவலை எழுதிய நிகர் ரஞ்சன் குப்தா சரும நோய் மருத்துவர். தன்னுடைய நாவல்களிலும், கதைகளிலும் அவர் சரும நோயினால் பாதிக்கப்பட்டவர்களின் உளவியல் மாற்றத்தை சொல்லிக் கொண்டே இருந்தார். மிகச் சரியாக எழுத்தாளரின் மற்ற நாவல்களையும் உள்வாங்கி, சிவாஜி அவர்களின் பாத்திரப்படைப்பை வடிவமைத்திருப்பார் திருலோகசந்தர்.

சிவாஜி கணேசன் தன்னுடைய மூத்த மகன் உயிரோடு இருக்கிறான் என்பது தெரிந்து, மேஜர் சுந்தர்ராஜனிடம் பேச வருகிற காட்சி... இன்றளவும் தமிழ் சினிமாவின் மகத்தான காட்சிகளுள் ஒன்று. கோபத்தில் வரும் ஒருவர் தன் நிலை தாழ்ந்து குற்ற உணர்வுக்கு உட்பட்டு சரணாகதி அடைந்து உற்சாகம் கொண்டு, நெகிழ்ந்து பின் உணர்வு வயப்பட்டு நிற்கிற அந்தக் காட்சி, ஒரு தேர்ந்த எழுத்தாளர், இயக்குநர், நடிகர்களின் அருமையான சேர்க்கைக்கு எடுத்துக்காட்டு. இந்தக் காட்சியின் வடிவமைப்பைத் தான் திருலோகசந்தரின் அத்தனைத் திரைக்கதைகளும் கொண்டிருந்தன. அடுத்த கணம் என்ன நிகழும் என்று யூகிக்க முடியாத திரைக்கதைகள்.

உருவத்தைக் கொண்டு ஒருவரை மதிப்பீடு செய்வதில் உள்ள உளவியலை, இவர் 'நானும் ஒரு பெண்' படத்திலும் பேசியிருக்கிறார். இதுவும் கூட 'போது' என்கிற ஒரு வங்காள மேடை நாடகத்தின் தழுவலே. கருப்பு நிறம் கொண்ட, அதிகம் படித்திராத ஒரு பெண் எதிர்கொள்ளும் சிக்கலே படம். இன்றளவும் இப்படியானதொரு கதை என்பது, இந்திய சினிமாவுக்கே அரிது. கதாநாயகி அழகாக இருக்க வேண்டும் என்றே எழுதப்படாத இலக்கணமாக உள்ள இடத்தில், நாயகியின் பாத்திரத்தை இதற்கு நேர்மாறானதாக வடிவமைத்து அதை மக்களிடயே சரியாய்க் கொண்டு சேர்த்திருந்தார். படம் குறிப்பாய் பெண்களிடையே அமோகமாக வரவேற்பைப் பெற்றிருந்தது.

திருலோகசந்தரின் திரைக்கதை இயக்கத்தின் வெற்றிக்கு மற்றொரு உதாரணம் எஸ்.எஸ்.இராஜேந்திரன் நடித்திருந்த 'காக்கும் கரங்கள்'. இந்தப் படம் பிரபலமான நாவலாசிரியர் 'சாமர்சட் மாம்'—ன் The Painted Veil' படத்தின் கதையை ஒத்தது. நாவலின் நாயகி ஒருவித மனவெழுச்சியில் மருத்துவர் ஒருவரைத் திருமணம் செய்து கொள்வாள். திருமணத்துக்கு பின்பு அவளுக்கு கணவரின் நண்பனுடன் காதல் ஏற்படும். இது தெரிந்த கணவன் அவளை பிரிட்டனில் இருந்து சீனாவுக்கு அழைத்துப் போவான். அங்கு ஊரெல்லாம் காலரா பரவியிருக்கும். சுற்றிலும் மரண ஓலம். நாயகிக்கு கடும் மன அழுத்தம் ஏற்படும். கணவன் அங்கேயே இறந்து போவான். மீண்டும் பிரிட்டனுக்குத் தன் காதலனைத் தேடி வருவாள் நாயகி. இது தான் The Painted Veil நாவலின் கதை.

இந்த நாவலின் கதை தமிழ் சினிமாவுக்கு களத்துக்கு ஏற்றது அல்ல. இங்கு இந்தக் கதையை யாரும் யோசித்துப் பார்த்திருக்கக்கூட மாட்டார்கள். இந்தப் படத்தை ஆங்கிலத்தில் மூன்று முறை தழுவி எடுத்து, நான்காவது முறை தான் வெற்றி கண்டது, அதிலும் பத்து வருடங்களுக்கு முன்பு. இப்படி இருக்க, இதைத் தமிழில் எடுக்கலாம் என்று திருலோகசந்தருக்குத் தோன்றிய காரணம், நாவலின் உணர்வுப்பூர்வமான இடங்கள். அவர் நாயகியின் கதாபாத்திர வடிவமைப்பத் தவிர்த்து, நாயகனுக்கும் நாயகிக்கும் மனப்பிணக்கு இருந்ததையும், நாயகன் தன்னலம் பார்க்காத மருத்துவன் என்கிற சாரத்தையும் மட்டும் எடுத்துக்கொண்டார். நாவலில் அந்தப் பகுதியில் விவரிக்கப்பட்ட அத்தனை உணர்வுகளையும் தன் திரைக்கதையில் கொண்டு வந்துவிட்டார். திருலோகசந்தரின் பலமே இது தான். எந்தக்கதையின் தழுவலாக இருந்தாலும் தமிழுக்காக சுவாரஸ்யப்படுத்தி விடுவார்.

அடுத்து 'அன்பே வா'. இந்தக் கதையை எப்படி எம்ஜிஆர் ஏற்றுக் கொண்டார் என்பது வியப்பு. கதை கேட்டவுடனேயே சம்மதித்துவிட்டார் என்று திருலோகசந்தர் தனது நேர்காணல்களில் குறிப்பிட்டிருக்கிறார்.

ஒரு ஏழை பங்காளனாக, தொழிலாளியாக மட்டுமே தொடர்ந்து நடித்துக் கொண்டிருந்த எம்ஜிஆருக்கு முற்றிலும் புதுமையான

பாத்திரம். "ஒரு மனுஷன் ஏழையாக் கூட இருக்கலாம்...ஆனா எந்திரமா மட்டும் இருக்கவே கூடாது' என்று சோர்ந்து போய் அழுத்தத்தில் உள்ள கதாபாத்திரம். மற்றொரு ஆச்சரியமாக, ஒரு பெண்ணைக் காதலிக்க வைப்பதையே தனது குறிக்கோளாக கொண்ட ஒருவராக வேறு நடித்திருந்தார்.

இவையெல்லாம் எம்ஜிஆர் என்கிற இமேஜுக்கு மாற்றானது. படமோ மாபெரும் வெற்றி. காரணம் படம் எடுக்கப்பட்ட விதம் தான். அதோடு எம்ஜிஆரை ரசிகர்கள் விரும்புவது போல அவரை ஒரு ராஜகுமாரனாகக் காட்டிய படமும் கூட. இதனை ரீமேக் செய்ய வேண்டிய அவசியமொன்றுமில்லை. துண்டு துண்டாய் பல படங்களில் செய்துவிட்டார்கள் என்றாலும் முழு படத்தையும் எப்போது வேண்டுமானாலும் ரசிக்கலாம். அசலான கமர்ஷியல் பேக்கேஜ்.

1968ஆம் ஆண்டு கீழ்வெண்மணி கிராமத்தில், தலித் சமூகத்தினரை தீயிட்டு கொளுத்திய துர்சம்பவம் திருலோகசந்தரைக் கடுமையாக பாதித்திருந்தது. அவரைப் பொறுத்தவரை பிரிட்டிஷ் நம்மை ஆண்டபோது, தேச விடுதலை என்பதற்காக இந்தியா போராடியது. அவர்கள் நாட்டை விட்டு சென்றதும், சொந்த மக்களை சொந்த நாட்டினரே கொல்லத் தொடங்கியிருக்கிறார்கள். சாதி, மதம், இனம் எப்படி ஒரு நாட்டுக்குள் பிரிவினை ஏற்படுத்துகிறது என்பதை, அவர் யோசித்ததன் விளைவே 'பாரத விலாஸ்' திரைப்படம். ஒரு பெரிய வீட்டுக்குள் வெவ்வேறு மாநிலத்தவர்கள் வாழ்கிறபோது ஏற்படும் சிக்கல்களும், ஒற்றுமையே பலம் என்பதும். திருலோகசந்தர் எடுக்க நினைத்தார். இந்தப் படத்தை தயாரிப்பதற்கு அவருக்கு தயாரிப்பாளர் கிடைக்கவில்லை என்பது ஒரு பக்கம், இது போன்ற கதையினை எடுக்க வேண்டாம் என்று அவரை பின்னுக்கு இழுத்தவர்கள் மறுபுறம். இத்தனைக்கும் எந்த ஒரு குறிப்பிட்ட பிரச்சனையையும் இந்தப் படம் பேசவில்லை. நகைச்சுவைத்தன்மையும், பொழுதுபோக்கு அம்சங்களும் கொண்ட படம் அது. இந்தப் படத்தின் மூலம் ஒரு இயக்குநராகவும், திரை எழுத்தாளராகவும், திருலோகசந்தரிடம் கற்றுக் கொள்ள வேண்டிய ஒன்று உள்ளது. அது, எந்தக் கதைக் கருவையும் எடுத்துக் கொண்டு சுவாரஸ்யமாகக் கதை சொல்லிவிட முடியும் என்பது தான்.

இன்றும் தமிழின் திரில்லர் வகைப் படங்களின் முன்னணியில் இருக்கும் 'அதே கண்கள்'. சஸ்பென்ஸ் வகைப் படங்களின் முன்மாதிரி இந்தப் படம். அதே கண்களின் களம் வேறு, 'பத்ரகாளி'யின் களம் வேறு. ஆனால் இரண்டும் குறிப்பிடத்தக்க இடங்களைப் பெற்றுள்ளன.

பெரும்பாலும் சிவாஜி கணேசனே இவரது இயக்கத்தில் நடித்திருக்கிறார். நடிகர் தேர்விலும் கவனமாக இருந்திருக்கிறார். ஜெயலலிதாவை 'எங்க மாமா' படத்தைத் தவிர வேறு எதிலும் அப்படிக் கண்டதில்லை. நடு ஹாலில் இலையை விரித்து சோற்றை அள்ளி உண்பதும், கட்லெட்டில் கெட்சப்பை பிசைந்து உருட்டி சாப்பிடுவதாகட்டும்... மனுஷி அசத்தியிருப்பார்.

அதன் பின், முக்கியமாக லொகேஷனை இவர் தேர்ந்தெடுக்கிற விதம்.

பாரத விலாஸ் வீடு, அன்பே வா கெஸ்ட் ஹவுஸ், டாக்டர் சிவாவின் மலைப் பாங்கான இடங்கள், அதே கண்கள் அரண்மனை, பைலட் பிரேம்நாத்தின் இலங்கைக் காட்சிகள் என கதைக் களத்திற்கான இடத்தைத் தேர்ந்தெடுப்பதில் ரசனையோடு இருந்திருக்கிறார்.

அந்த ரசனை எல்லாவற்றிலும் வெளிப்பட்டிருக்கிறது. அதனால் தான் இன்றும் இவரது படங்கள் நம்மை ரசிக்க வைக்கின்றன.

எல்.வி பிரசாத்

எல். வி பிரசாத் தமிழ், தெலுங்கு, இந்தி மூன்று மொழி திரைப்படத்துறையிலும் தன்னை நிலைநிறுத்திக் கொண்டவர். இது எந்தக் காலத்திலும் அரிதான நிகழ்வு.

ஆந்திராவில் ஒரு குக்கிராமத்தில் பிறந்த பிரசாத்தை எல்லாக் குழந்தைகளையும் போல படிப்பதற்கு பள்ளிக்கு அனுப்பினார்கள். அவர் பள்ளிக்கு செல்லவில்லை. பதிலாக, துண்டு துண்டான ரீலில் லைட்டினை அடித்து படம் பார்க்கும் ஆர்வத்தை வளர்த்துக் கொண்டார். அடுத்ததாக தானே சினிமா படத்தினை உருவாக்கி விட வேண்டும் வேண்டும் என்கிற ஆசை வந்துவிட்டது. அந்தத் தகுதி தனக்கு இருப்பதாக அவர் நம்பினார். அவர் தகுதியாக நினைத்தது பேரார்வத்தை. நூறு ரூபாயினை வறுமையுடன் போராடி சேர்த்து வைத்திருந்த அவரது அப்பாவின் கடைசி சேமிப்பில் இருந்து திருடி ரயிலேறி பம்பாய் போனார்.

அவருக்கிருந்த எண்ணம், நம்முடைய ஆர்வத்தைப் பார்த்து சினிமாவில் சேர்த்துக் கொள்வார்கள் என்பது. இவரையே பார்க்க மறுத்த இயக்குநர்கள், ஆர்வத்தை எப்படி கண்டு கொண்டிருப்பார்கள். ஸ்டுடியோவுக்குள் நுழைந்தால் போதும், மற்றதைப் பிறகு பார்த்துக் கொள்ளலாம் என்று நினைத்தார். படப்பிடிப்பு அரங்கத்தை சுற்றி மூடியிருக்கும் திரையில் ஓட்டை போட்டு எப்படி படம்பிடிக்கிறார்கள் என்று நாள் முழுவதும் நின்று கொண்டு பார்த்தே திரைப்பட உருவாக்கத்தைக் கற்றுக்கொள்ளத்

தொடங்கினார். ஸ்டுடியோவின் கடைநிலை ஊழியனாக சேர்ந்தார். சிறு வேடங்களில் நடிக்க வாய்ப்புக் கிடைத்தது. குறிப்பிட்டுச் சொல்லவேண்டிய ஒன்று, தமிழ், தெலுங்கு இந்தி என மூன்று மொழிகளின் முதல் பேசும் படங்களிலும் பிரசாத் நடித்திருக்கிறார். அவை முறையே காளிதாஸ், பக்த பிரகலாதா ஆலம் ஆரா படங்கள். அவருக்கென நேர்த்தியாய் அமைந்த வாய்ப்பு அது. இந்த வாய்ப்பு, சாதனையாகவும் மாறிப்போனது. பதினோரு வருடங்கள் இப்படி சிறு ஊழியங்கள் செய்த பின்னரே 'க்ருஹபிரவேசம்' என்ற படத்துக்கு உதவி இயக்குநர் ஆகிறார். இந்தப் படத்தின் ஒரு பகுதியை இயக்கம் வாய்ப்பும் கிடைக்கிறது. இதில் முக்கிய கதாபாத்திரத்தில் நடிக்கவும் செய்கிறார்.

MANOHAR

பிரசாத் சிறந்த இயக்குநர், நடிகர் என்பதோடு புகழ்பெற்ற தயாரிப்பாளர் ஆனது அவர் திரைப்படக் கலையின் அத்தனை நுட்பங்களையும் ஒரு மாணவ மனநிலையில் கற்றுக்கொண்டது தான். ஆங்கிலமும், இந்தியும் கொஞ்சமும் கைகூடாத நிலையில் தான் பம்பாயில் அவர் திரைப்பட வாய்ப்புக்காக அலைந்தார். இந்தி, ஆங்கில மொழிகளை அவர் தன் தேடலிலேயே கற்றுக்கொண்டார். திரைப்பட மொழியை தன்னுடைய அசாத்திய உழைப்பினால் புரிந்து கொண்டார்.

இவரது படங்களை இன்று பார்த்தாலும் சலிப்பு ஏற்படாமல் இருப்பதற்கு காரணம் இவருடைய கதை சொல்லலில் உள்ள புதுமை தான்.

இவரது படங்களின் கதைகள் யாவும் எளிமையாய் ஒரே வரியில் சொல்லக்கூடியவை தான். ஆனால் அதற்குள் அவர் பல முடிச்சுகளை வைத்திருப்பார். அந்த முடிச்சுகளை அவர்

திரைக்கதையின் சுவாரஸ்யத்துக்காக சேர்த்துக் கொண்டே போவார். ஒரு பொது அம்சத்தை இவரது கதைகளில் காண இயலும். ஒரு பொய்யினை ஒரு கதாபாத்திரத்துக்கு தெரியாமல் மற்றவர்கள் மறைப்பார்கள். அந்த பொய் என்னவென்று தெரிய வரும்போது படத்தின் முடிவு வந்துவிடும். அப்போது கதை மாந்தர்களுக்குள் இருக்கும் சிக்கலும் தெளிந்துவிடும். இப்படியான ஒரு அம்சம் தன்னுடைய படங்களில் தொடர்வதை நம்மால் உணர முடியாமல் செய்துவிடுவதே பிரசாத்தின் திரைக்கதை யுத்தி.

தெலுங்கில் படங்கள் இயக்கிய பிறகே தமிழுக்கு வருகிறார் பிரசாத். ‘கல்யாணம் பண்ணி பார்’ என்பது பிரசாத் தமிழில் இயக்கிய முதல் திரைப்படம். பிரசாத் ஒரே படத்தை தமிழ் தெழுங்கு இரு மொழியிலும் ஒரே நேரத்தில் எடுக்கக்கூடியவர்.. ‘கல்யாணம் பண்ணி பார்’ படத்தின் ஒரு சிறப்பம்சம் தமிழில் முதன்முறையாக கேவா கலரில் வெளிவந்த படம். சில காட்சிகளை மட்டும் கேவா கலரில் எடுத்திருப்பார்கள்.

வரதட்சணைக்கு எதிரான படம் என்பது அக்காலத்தில் இந்தப் படம் பேசப்பட்டதற்கு முக்கிய காரணம். அதை பிரச்சாரமாக சொல்லாமல் நகைச்சுவையோடு சுவாரஸ்யமாக சொன்னதாலேயே மக்களிடையே எடுபட்டது. பெற்றோர் வரதட்சணைக்காக பிடிவாதம் செய்தாலும் மணமகன்கள் பொறுப்போடு நடந்து கொள்ள வேண்டும் என்றது கதை. ஒரு தங்கையின் திருமணத்துக்காக அண்ணன் போராடும் கதையே ‘கல்யாணம் பண்ணி பார்’. கிட்டத்தட்ட இதே பாணியிலான கதை தான் பிரசாத் இயக்கிய மற்றொரு படமான ‘கடன் வாங்கி கல்யாணம்’. இதுவும் பண ஆசை உள்ளர்வர்களால் திருமணங்கள் எப்படிஎல்லாம் நிச்சயிக்கப்படுகின்றன என்பதை சொல்லும் கதை தான. இதிலும் ஒரு அண்ணன் தன்னுடைய தங்கையின் திருமண வாழ்க்கை சிறக்க போராடுவான். இரண்டு படங்களின் கதை மற்றும் காட்சிகளிலும் அதிகளவு ஒற்றுமைகள் இருந்தன.

பிரசாத்தின் படங்களில் இரண்டினைக் குறிப்பிட வேண்டும். ஒன்று மனோகரா, மற்றொன்று மிஸ்ஸியம்மா. ‘மனோகரா’ படத்தின் கதை பம்மல் சம்பந்த முதலியாரின் ‘மனோகரா’ நாடகத்தில் இருந்து தழுவப்பட்டு திரைக்கதை வடிவம் பெற்றது.

இதற்கு திரைக்கதை வடிவமும், வசனமும் எழுதியவர் கலைஞர் மு. கருணாநிதி. பிரசாத்தின் மற்ற படங்களில் இருந்து மனோகரா வித்தியாசப்பட்டதன் காரணம் இதன் திரைக்கதையிலும், கதையிலும் பிரசாத்தின் பங்கு இல்லை என்பது தான். சரித்திர கதை என்றபோதும் கூட பிரசாத் எழுதிய வசனமாக இருந்திருந்தால் அது இத்தனை அடர்த்தியாக இல்லாமல் யதார்த்தமாகவே அமைந்திருக்கும். ஆனால் மனோகரா படத்தின் பெரும் பலமே அதன் வசனங்கள் தான். ஒவ்வொரு காட்சிக்கும் கைத்தட்டல்களும் உணர்ச்சிக் கொனதளிப்பையும் ஏற்படுத்தும் தன்மை கொண்டிருந்தன வசனங்கள். தெலுங்கிலும், இந்தியிலும் மனோகரா வெளிவந்தபோதும் வெற்றி பெறவில்லை. காரணம் தமிழின் செறிவான வசனங்கள் போல் அவை அமையவில்லை என்பதே,

பிரசாத்தின் மற்றொரு குறிப்பிடத்தகுந்த படம் மிஸ்ஸியம்மா. மிஸ்ஸியம்மாவின் பெரும்வெற்றிக்கு பிறகு அதே நடிகர்களோடு பிரசாத் இயக்கிய படம் தான் ‘கடன் வாங்கி கல்யாணம்’.

மிஸ்ஸியம்மா கதை பல்வேறு வடிவங்களில் இந்திய மொழிகளில் எடுக்கப்பட்டு விட்டன. இனியும் எடுக்கப்படும். ஆண், பெண் ஈகோ தான் கதையின் மையம். அதன் சுவாரஸ்யமான கதை சொல்லல் முறை, யதார்த்தமான வசனங்கள், கதாபாத்திரங்களின் தன்மை இப்படியாக..முக்கியமாக சாவித்திரியின் பாத்திர வடிவமைப்பை சொல்லலாம். அந்தப் படத்தில் சாவித்திரி அப்போதைய காலகட்டத்தில் முதல் தலைமுறை வேலைக்குப் போகும் பட்டதாரிப் பெண். ஆங்கிலோ இந்திய வீட்டின் பெண்ணாக வருவார். ஒருபக்கம் வேலைக்குச் செல்ல ஊக்கம் கொடுக்கும் நவீன பெற்றோர், இன்னொருபுறம் சமூக சிக்கல்களை எதிர்கொள்ளும் பெண் என இரண்டுக்கும் நடுவில் சிக்கும் ஒருவர் அவர். சமூகத்தை எதிர்கொள்ளும்போது இருக்கிற பாதுகாப்பு உணர்வற்ற ஒரு பெண் என்பதால் இயல்பாகவே அது அவருக்கு சிடுசிடுப்பைக் கொடுத்திருக்கும்.

பிரசாத்தின் முந்தைய படங்களிலும் நடித்திருந்தாலும் அவற்றை விட தன் நடிப்பை நிரூபிக்கும் கதாபாத்திரமாக சாவித்திரிக்கு அமைந்தது மிஸ்ஸியம்மா படத்தில் தான். இந்தக் கதாபாத்திரத்தை

தற்செயலாக பிரசாத் வடிவமைத்திருக்க வாய்ப்பில்லை என்றே சொல்லலாம். ஒரு கதாநாயகியை இப்படிக் காட்டுவதற்கே முதலில் தைரியம் வேண்டும். படத்தின் இறுதி வரை சாவித்திரி சிடுசிடுவென, முன்கோபம் கொள்ளும் ஒரு பெண்ணாகத் தான் இருப்பார். இத்தனைக்கும் நகைச்சுவைப் படங்கள் வரிசையில் தான் இன்றும் மிஸ்ஸியம்மா இருக்கிறது. ஆனாலும் ஒரு காட்சியில் கூட சாவித்திரி சிரித்ததாக நினைவு இல்லை.

பிரசாத்தின் ஒரு பலமென்பது ஒவ்வொரு படங்களிலுமே முதல் காட்சியில் ஒரு கதாபாத்திரம் நம் மனதில் எப்படி பதிகிறார்களோ கடைசி வரை அவர்கள் அப்படியே தான் நூல் பிடித்தது போல் இருப்பார்கள். அவர்களின் குணாதிசயத்தினால் ஏற்படும் சிக்கல்களும், முரண்களும் தான் கதைகளை நகர்த்தும். ஓரிரு காட்சிகளில் வந்து போகும் கதாபாத்திரமாக இருந்தாலும் கூட அவர்களுக்கென தனித்த குணாதிசயத்தைக் கொண்டு வருவதில் பிரசாத் கவனமாக இருந்திருக்கிறார்.

ஒரு பெண் கதாபாத்திரம் இப்படித் தான் இருக்க வேண்டும் என்கிற எல்லைக் கோட்டினை சர்வசாதரணமாக கடந்து விடக்கூடிய இயக்குநராக எல்.வி பிரசாத் இருந்திருக்கிறார்.

இதனை அவரது ஒவ்வொரு படத்தையும் முன்னிறுத்தி சொல்ல முடியும். மனோகரா படத்தில் டி.ஆர் ராஜகுமாரியின் கதாபாத்திரம், மிக சாதுவாக இருந்து வெடிக்கும் கண்ணாம்பா, சிடுசிடுவென வலம் வரும் 'மிஸ்ஸியம்மா' சாவித்திரி, 'மங்கையர் திலகம்' எம்.என் ராஜம் இப்படி.

இவர்கள் இயல்பானவர்களாக இருப்பார்கள். இயல்பு என்று சொல்லுவது பலவீனங்களையும் சேர்த்து கதாபாத்திரத்தை வடிவமைப்பதே.

பிரசாத். நாடகங்களின் மீது பெருங்காதல் கொண்டவர். சிறுவனாக இருந்தபோதே நாடகத்தில் சேர வேண்டும் என்கிற தீவிரம் இருந்திருக்கிறது.

இதன் விளைவு இரண்டு விஷயங்களில் இவரது படங்களில் வெளிப்படும்.

ஒன்று, இவரது படங்களில் பெரும்பாலும் ஒரு நாடகக்காட்சி இடம்பெற்றிருக்கும். அந்த நாடகத்தில் அந்தப் படத்தின் கதை என்ன என்பது சொல்லப்பட்டு விடும். மனோகரா படத்தில் வருகிற ஒரு நாடகக் காட்சியை படத்தின் ஃப்ளாஷ் பேக் கதை சொல்லுகிற யுத்தியாக பயன்படுத்தியிருப்பார்.

அதே போல் 'கல்யாணம் பண்ணிப் பார்' படத்தில் வருகிற நாடகக் காட்சியில் அந்தப் படம் சொல்லுகிற வரதட்சணை குறித்த நாடகம் இடம்பெற்றிருக்கும்.

இரண்டாவது, பல படங்களிலும் சிறுவன் ஒருவனின் கதாபாத்திரம் அமைந்திருக்கும். அந்த சிறுவன் துறுதுறுப்பானவனாக, எதையும் சுலபமாக கற்றுக் கொள்கிறவனாக, துடுக்கான பேச்சு கொண்டவனாக இருப்பான். 'கல்யாணம் பண்ணி பார்' படத்தில் அப்படியான ஒரு சிறுவனுக்காக ஒரு சிறுமி காதலியும் கிடைப்பாள். சிறுவயது முதல் காதல் பற்றி படத்தில் முதன்முதலாக சொன்னவர் அநேகமாக பிரசாத்தாகத் இருப்பார்.

இது அவரது சிறு வயது நினைவுகளின் பிரதிபலிப்பு என்றே கொள்ளலாம். அவரது வாழ்க்கைக் குறிப்பினை வாசிக்கிறபோது அப்படித் தான் நினைக்க வைக்கிறது.

மற்றொரு விஷயமாகக் குறிப்பிட விரும்புவது சில நவீன யுத்திகளை படங்களில் அவர் கையாண்ட விதம். கேமராவின் முன் வந்து நடிகர்கள் பேசிவிட்டுப் போவது என்பது தான் அப்போதைய இயல்பான திரைமொழியாக இருந்தது. பிரசாத் சில படங்களில் ஒலியின் மூலம் உணர்த்துவதை சிறப்பாக செய்து கொண்டிருந்தார்.

ஒரு கதாபாத்திரம் ஃபிரேமை விட்டு பேசிக்கொண்டே அகலும். தள்ளி நின்று பேசிவிட்டு மீண்டும் ஃபிரேமுக்குள் வருகிறபோது அவர் கை கால் கழுவி விட்டு வந்தார் என்பதை ஒலியின் மூலம் விளங்க வைத்திருப்பார்.

மிஸ்ஸியம்மா படத்தில் இரு கதாபாத்திரங்கள் பள்ளிக்கூடம் அருகில் நின்று பேசுகிறார்கள் என்றால், பின்னணியில் குழந்தைகளின் கூச்சல் கேட்டபடி இருக்கும். மனோகரா படத்தில் காட்டினுடைய காற்று ஒலி கேட்டபடி இருக்கும். 'பாக்கியவதி' படத்தில் திருவிழா நடைபெற்று கொண்டிருக்கிறது என்பதை சொல்வதற்கு பின்னணி இசையை அப்படியே தொடர்ந்திருப்பார். இப்படி சூழல் ஒலியை அவர் கணக்கில் நேர்த்தியாக எடுத்துக் கொண்டிருந்தார்.

ஐம்பதுகளில் பாடல்களைக் குறைத்துக் கொண்டு கதையின் காட்சிகளுக்கு முக்கியத்துவம் கொடுக்கும் பாணி தொடங்க ஆரம்பித்தது. ஆனாலும் பிரசாத்தின் படங்களில் பத்துக்கும் மேற்பட்ட பாடல்களை பார்க்க இயலும். பாடல்களின் பிரியராக இருந்திருக்கிறார். மிஸ்ஸியம்மா' படத்தின் பாடல்கள் வெற்றி பெற்றதும் அதே சாயலில் சில் பாடல்களை அடுத்து வந்த கடன் வாங்கி கல்யாணம் படத்திலும் பயன்படுத்திருப்பார்.

கதையமைப்பைப் பொறுத்தவரை கதையின் சிக்கல் முதல் ஒருமணிநேரத்துக்குப் பிறகே சொல்லப்படும். அது வலுவான சிக்கலாக இருக்கும். அதன் பின் கதை அதை மட்டுமே தொடரும். இது இன்றைய வணீகரீதியான படங்களின் முன்மாதிரியாக சொல்லொம். முதல் பாதி படங்கள் நகைச்சுவை, காதல் காட்சிகளாக போய்க் கொண்டிருக்கையில் கதையில் சிக்கல் வருகிற ஜனரஞ்சக சினிமாவின் ஃபார்முலா அது. அதனால் தான் இப்போதும் இவரது படங்களின் கதைகளும், திரைக்கதை யுத்தியும் இளம் தலைமுறை இயக்குநர்களால் கவனிக்கப்படுகிறது. முழுக் கதையையும் ப்ளாஸ்பேக்கில் சொல்லும் முறையை ஐம்பதுகளிலேயே கையாண்டிருக்கிறார். 'மங்கையர் திலகம்' படம் முழுக்கவுமே பிளாஸ்பேக் கதை தான்.

பிரசாத் உறவுகளுக்குள் இருக்கும் அன்பையும் கூட வெகு யதார்த்தமாக சொல்லக்கூடியவர். தாய்ப்பாசம், தங்கை பாசம்

போன்றவைஎல்லாம் பிரசாத்தின் படங்களில் உருகும் அளவுக்கு அமைந்திருக்காது. அது ஒரு இயல்பான நிலையிலேயே நின்று கொண்டிருக்கும். சற்று இந்த இடத்தைக் கடந்தது என்றால் 'மங்கையர் திலகம்' படத்தினை சொல்ல இயலும். கதையே தாய்மைப் போராட்டம் எனும்போது அதன் எல்லைக்குள் நின்று கதை சொல்லியிருக்கிறார் பிரசாத்.

ஒரு குடும்பக் கதை போல தோற்றம் கொண்டிருக்கும் படங்கள் தான் எனினும் அதில் சமூகச் சிக்கல்களையும், சமூகத்தில் ஏற்படுகிற பாதிப்பு குடும்பத்தை எப்படி சிக்கலாக்குகிறது என்பதையும் தொடர்ந்து படங்களில் சொல்லிக் கொண்டே வந்திருக்கிறார். வரதட்சணைப் பிரச்சனை குறித்து 'கல்யாணம் பண்ணி பார்' படத்திலும், வீண் கௌரவம் என்பது மனிதனைப் பைத்தியமாக்குகிறது என்பதை 'கடன் வாங்கி கல்யணம்' படத்திலும், 'வேலையில்லாத் திண்டாட்டம் குறித்து மிஸ்ஸியம்மாவிலும், 'குழந்தை இல்லாத ஒரு பெண் படும் துயரத்தை மங்கையர் திலகத்திலும், சமூகத்துக்கு எதிரான குற்றங்களில் ஈடுபடுபவனுடைய குடும்பம் எதிர்கொள்கிற அவலங்களை 'பாக்கியவதியிலும்' பேசியிருக்கிறார்.

தமிழ், தெலுங்கு, இந்திப் படங்களின் முன்னணி இயக்குநராக இருந்தவர் எல்.வி பிரசாத். இவரிடம் நான் வியப்பது, சினிமாவின் மீது கொண்ட மோகத்தினால் ஊரை விட்டு ஓடி வந்து சினிமாவின் அத்தனை நுணுக்கங்களையும் கற்றுக்கொண்டு பின்னர் தயாரிப்பாளராகி, ஒரு ஸ்டுடியோவையும் நிர்வகித்து பெருவாழ்வினை வாழ்ந்ததன் பின்னணியில் உள்ள சினிமாவின் மீதுள்ள அவரது பேரார்வத்தைத் தான். அதனாலேயே தாதா சாகேப் பால்கே விருது உட்பட பல கௌரவமான விருதுகள் அவரைத் தேடி வந்தன.

சிலரை நினைக்கையில் நாம் பணியாற்றுகிற துறை மீது பெரிய மதிப்பு ஏற்படும் . அப்படியானவர்களில் ஒருவராக எல்.வி பிரசாத் எப்போதும் இருக்கிறார்.

பீம்சிங்

தமிழகத் திரையில் பெரும் சாதனை செய்த ஒரு இயக்குநராக, பீம்சிங் அவர்களைச் சொல்ல வேண்டும். இருபத்தி நான்கு வருடங்களாக.. தொடர்ந்து ஒவ்வொரு வருடமும் படங்களை இயக்கியிருக்கிறார். வருடத்திற்கு குறைந்தது இரண்டு படங்கள் வரை, அவரிடம் இருந்து நமக்குக் கிடைத்திருக்கின்றன. இப்படித் தொடர்ச்சியாக கால் நூற்றாண்டு காலங்கள், தவறாமல் படமெடுக்கும் இயக்குநர் இனி நமக்குக் கிடைப்பது.. அரிதிலும் அரிது. அவர் இயக்கியப் படங்கள் எப்போதும் 'கிளாசிக்' வரிசையில் வைக்கப்படுகின்றன. அவர் இயக்கியதில் பிரபலமாக இன்று வரையில் பேசப்படுகிற 'பாசமலர்' போன்றதொரு படத்தின் பாதிப்பில் படங்கள் வந்தபடி இருக்கின்றன.

பீம்சிங் படங்களைத் தொடர்ந்து பார்க்கையில், அவர் குடும்ப உறவுகளுக்குத் தந்திருக்கும் முக்கியத்துவத்தை புரிந்து கொள்ள முடியும். அவருடைய படங்கள் எல்லாமே உறவுகளுக்குள் நடக்கிற சிக்கல்களும், உணர்வுப் போராட்டங்களுமாகவே அமைந்திருக்கின்றன. கலைஞர் மு கருணாநிதி, சோலமலை, முரசொலி மாறன், மு வரதராஜன், வலம்புரி சோமநாதன், ஆரூர்தாஸ் என வெவ்வேறு எழுத்தாளர்கள் இவருடைய படங்களுக்கு திரைக்கதைகளும், வசனங்கள் எழுதியிருக்கிறார்கள். இவர்களில் சோலமலை அதிகமாக பீம்சிங்குடன் பணி செய்தவர். எழுத்தாளர்கள் மாறுகையில், கதை சொல்லும் விதமும் கூட மாறுவதைப் பார்க்க முடியும்.

உதாரணத்துக்கு சில படங்களைச் சொல்லலாம். 'ராஜா ராணி' படத்திற்கு மு.கருணாநிதி அவர்கள் எழுதுகிறார். விதவைத் திருமணத்தினை ஆதரிக்கும் படம் இது. சில வருடங்கள் கழித்து 'கன்னட

பீஷ்மர்' என்றழைக்கப்பட்ட புகழ்பெற்ற இயக்குநரும் திரைக்கதையாசிரியருமான ஜி.வி. ஐயர் எழுதிய 'பழனி' படத்தினையும் பீம்சிங் இயக்குகிறார். பழனி படம் விவசாயம் குறித்தும், உழுபவருக்கே நிலம் சொந்தம் என்பதையும் உயர்த்திப் பேசுகிறது. பிறகு ஜெயகாந்தன் எழுத்தில் 'ஒரு நடிகை நாடகம் பார்க்கிறாள்' படமும் வெளிவருகிறது. இந்தப் படங்களில் எல்லாம் அரசியல், சமூகக் கருத்துகள் உண்டு. அவை அந்த காலக்கட்டத்தின் பேசுபொருட்களை மையமாகக் கொண்டவை. சீர்திருத்த திருமணங்களை உயர்த்திப் பேசும் 'ராஜா ராணியும்', பூமிதான இயக்கத்தினைப் பேசும் 'பழனி'யையும் சமூக, அரசியல் படங்களில் வைக்க இயலும். அந்த அரசியல்களை பீம்சிங் உள்வாங்கியிருந்தார். இவற்றோடு அப்போதைய சமூகத்தில் நிலவிய குடும்ப சிக்கல்களையும், தனது படங்களில் சொல்லியிருந்தார். அதற்கான கதையாசிரியரும் அவருக்கு இருந்தார்கள்.

பீம்சிங்கின் படங்கள் ஒவ்வொன்றுக்கும் தனித் தனி கட்டுரைகள் எழுத இயலும். ஒவ்வொன்றுமே வெவ்வேறு களங்கள். பீம்சிங்கின் படம் என்றாலே தவறவிடக்கூடாது என்று ரசிகர்கள் நினைக்கும் அளவுக்கு, பார்வையாளர்களுக்கான மரியாதையைப் படங்களில் கொடுத்திருப்பார். எதற்காகத் தன்னுடைய படங்களைப் பார்க்க ஒருவர் வருகிறார் என்பதை அறிந்து கொண்ட இயக்குநர்களில் ஒருவர் இவர்.

திரைப்படங்கள் சமூகத்தை பிரதிபலிக்க வேண்டும் என்று சொல்லப்படும் கருத்துகளுக்கு, பீம்சிங்கின் படங்களை உதாரணமாகச் சொல்ல இயலும். 'பாகப்பிரிவினை' படம் தலைப்பு சொல்லும் பிரச்சனையைக் கொண்டது. இப்போது வரை தமிழ்ச் சூழலில், அண்ணன் தம்பிகளுக்கிடையில் சொத்துப் பிரிக்கப்படுவது என்பது, தயக்கத்துடனேயே செய்யப்படுகிறது. சொத்துக்காக உடன் பிறந்தவர்கள் சண்டையிடுகிறார்கள் என்பது, அவமானகரமான செயல் தான் இப்போதும் கூட. ஐம்பது வருடங்களுக்கு முன்பு இரு குடும்பங்கள் பாகப்பிரிவினை செய்துகொண்டு பிரிவது என்பது, எத்தனை வலி மிகுந்ததாய் இருந்திருக்கும் என்பதற்கு, பாகப்பிரிவினை என்றைக்குமான சாட்சி. 'பாகப்பிரிவினை' படத்தில் ஒரு குறிப்பிட்ட காட்சியைப் பற்றி சொல்லியாக வேண்டும். திரைப்படங்கள் ஆவணமாகவும் மாறும் என்பதற்கான எடுத்துக்காட்டு இந்தக் காட்சி. பாலையா தனது மனைவியின் வற்புறுத்தல் தாங்காது சொத்தினைத் தன் தம்பியுடன் பிரித்துக்கொள்ளும் காட்சி. சமையல் அறையில் பெண்கள் நின்றபடி கூடத்தில் நடப்பதைப் பார்த்துக் கொண்டிருப்பார்கள். அண்ணனும் தம்பியும் முகம் பார்க்க இயலாமல், ஆளுக்கு ஒருபுறம் திரும்பியிருப்பார்கள். ஊர் பெரிய மனிதர்கள் நடுக்கூடத்தில் அமர்ந்து சொத்துகளை பிரிப்பார்கள். யார் யாருக்கு எந்தெந்த நிலங்கள், வீடுகள் தோட்டங்கள் என அளவு சொல்லி பிரித்துக் கொடுப்பார்கள். உணர்ச்சிகரமான காட்சி என்றபோதும், நீதிமன்றங்களில் அல்லாது வீட்டுக்குள் பாகப்பிரிவினை எப்படி நடந்திருக்கும் என்பதற்கான ஆவணக் காட்சியாகவும், இதைச் சொல்ல முடியும்.

ஐம்பதுகளில் தமிழ் சினிமாவுக்கு ஒரு முகம் இருந்தது. அது மெதுவாகத் தன்னைப் புரட்சிகரமான கருத்துகளுக்கான களமாக மாற்றிக் கொண்டிருந்தது. அரசியலும், சினிமாவும் ஒன்றையொன்று பற்றத்தொடங்கிய காலம். பீம்சிங் இயக்குநரான சமயம், தமிழ்சினிமா பல புதிய முயற்சிகளுக்கு தன்னை ஒப்புக் கொடுத்திருந்தது. 'அந்த நாள்' எனப் பாடல்கள் இல்லாத திரைக்கதையில், புதிய யுத்தியைத் தந்திருந்த படமாக வெளிவந்தது. வைஜெயந்தி மாலா அப்போதைய பெண்களுக்கான குரலாக பேசிய 'பெண்' படம் வெளிவந்தது. எம்.ஜி.ஆருக்கு ஒரு

ஏற்றத்தைத் தந்த 'மலைக்கள்ளன்' படம் வெளிவந்திருந்தது. சிவாஜி 'பராசக்தி'யில் தொடங்கி சட்டென மேலேறிக் கொண்டு வந்துவிட்டிருந்தார். திராவிட அரசியலில் தீவிரமாக இருந்தவர்கள், திரைப்படங்களைத் தங்களது களமாகவும் மாற்றிக் கொண்டிருந்தனர். அவர்கள் எழுதிய படங்களில் பொழுதுபோக்கு அம்சங்கள் இருந்தாலும், அடிநாதமாக சமூகத்துக்குச் சொல்ல நினைத்த

கருத்துகளும் இருந்தன. சிவாஜியும், எம்ஜிஆரும் உச்சத்தைத் தொடுவதற்கு முன்பு, எந்தவிதமான கதையையும் எந்த நடிகரும் சொல்லலாம் என்ற போக்கு இருந்தது. 'ரத்தக் கண்ணீர்' படத்தில் எம்.ஆர் ராதா சொன்ன கருத்துகளுக்கு அப்படியொரு வரவேற்பு கிடைத்திருந்தது. ஒருவகையில் தமிழ்த்திரைப்பட சூழல்.. ஒரு கலவையான நம்பக்கூடிய, தவிர்க்கமுடியாத, பொழுதுபோக்கு சக்தியாக.. முழுவதுமாக மாறியிருந்த காலகட்டம்.

இந்தக் காலகட்டத்தில் தான் பீம்சிங் இயக்குநராகிறார். இந்தச் சூழலின் தாக்கத்தினால், தனது படங்களில் அவருக்கேயான சமூக அக்கறையுள்ள கருத்துகளைச் சொல்லிக் கொண்டேயிருந்தார். குடும்ப அமைப்பு தான் சமூகத்தின் ஆணிவேர் என்பதை அவர் நிலைநாட்டுவதற்காகவே படங்கள் எடுத்தாரோ என்று கூடத் தோன்றுகிறது. அவர் இயக்கிய முதல் இரண்டு படங்களான 'அம்மையப்பன்', 'ராஜா ராணி' இரண்டுக்கும் கலைஞர் மு. கருணாநிதி வசனம் எழுதினார். அதற்கு முன்பு கலைஞர் எழுதிய படங்களில் நேரடியாக சொல்லப்பட்ட கருத்துகளை, ராஜா ராணி படத்தில் ஆங்காங்கே வசனங்களாக வைத்து, இறுதியில் மட்டும் பிரசாரம் போல மாற்றியிருப்பார்கள். இதற்கு படத்தில் ஒரு கதாபாத்திரமாக வரும் கலைவாணர் பெரிதும் உதவியிருந்தார். திரைப்படக் கலை என்பதை புரிந்து கொண்ட, பீம்சிங் போன்ற இயக்குநர்கள் பயன்படுத்திய உத்தி அது. நாடகங்களின்

தாக்கம் திரைப்படங்களிலும் இருந்த காலகட்டம் அது. அதே போல வங்காள மொழித் திரைப்படங்களின் கதைகளை தமிழுக்குத் தகுந்தாற்போல மாற்றி எடுத்துக் கொண்டிருந்தனர். பீம்சிங்கின் சில படங்களும், வங்காள மொழித் திரைப்படங்களில் இருந்து முறையாக உரிமை பெற்று, தமிழில் எடுக்கப்பட்டன. ஆனால் அதை விடவும் தமிழ்நாட்டுக்கேயுரிய சில உணர்வுக் கொந்தளிப்புகளை பீம்சிங் கையாண்டார். சிறந்த உதாரணமாக 'பாசமலர்' படத்தினை சொல்ல வேண்டும்.

'பாசமலர்' என்பது படம் என்பதையும் கடந்து 'பெரிய பாசமலர் அண்ணன்னு நினைப்பு' என்கிற அளவில், வாழ்க்கையின் எடுத்துக்காட்டாக.. அன்றாட பேச்சுவழக்குகளில் பயன்படத் தொடங்கிவிட்டது. அண்ணன் தங்கை அன்பு, பாசம் தியாகம் இவற்றுக்கெல்லாம் சிகரம் வைத்த படம் இது. வடமாநிலங்களில், வங்காளத்தில் வெளிவந்த படங்களில் இந்தளவுக்கு அண்ணன் தங்கை பற்றிய படம் வெளிவந்ததில்லை. ஒரு படம் ஒருவரின் மனநிலையை நிச்சயம் மாற்றும். ஆனால் ஒருவரின் குணத்தையே மாற்றுமா என்றால் முடியும் என 'பாசமலர்' சொன்னது. இந்தப் படத்தைப் பார்த்த பல அண்ணன்கள் தங்கள் தங்கையினைத் தேடிச்சென்று, செய்த தவறுகளுக்கு மன்னிப்பு கேட்ட கதைகள் உண்டு. இந்தப் படக் காட்சியையோ, மலர்ந்தும் மலராத பாடலையோ கேட்ட பலரும், இப்போதும் கண்கலங்குவதைப் பார்க்க இயலும். ஒரு திரைப்படம் எப்போது காட்டப்பட்டாலும் ஒருவரின் வாழ்க்கையை, அதன் சில பக்கங்களை நினைவு கொள்ளச் செய்கிறது என்றால்.. அது சிறந்த படம் என சொல்ல முடியும். பாசமலர் அறுபது ஆண்டுகள் கடந்த பின்னரும், இன்னும் நிலைத்து நிற்பதற்கான காரணம்.. அது நமக்கு நம்மை காட்டிவிடுகிறது.

பீம்சிங் படங்களுக்கு வெவ்வேறு கதாசிரியர்கள் பணி செய்தாலும், இவருடைய படங்களின் ஒருமைத்தனம் என்பது, மிகப் பிரியமுடன் ஒற்றுமையாக வாழ வேண்டும் என நினைத்திருக்கும் ஒரு குடும்பம்.. எப்படி சிதையத் தொடங்குகிறது என்பதாகவே பெரும்பாலும் அமைந்திருக்கிறது. 'பாசமலர்' அண்ணனும் தங்கையும் பிரிகிறார்கள். 'பழனி'யில் நான்கு அண்ணன் தம்பிகள் பிரிவது, 'பாவமன்னிப்பு' படத்தில் ஒரு வீட்டில் பிறந்த குழந்தைகள் பிரிக்கப்படுவது, 'பாகப்பிரிவினை'யில் அண்ணன் தம்பிகள் பிரிந்துவிடுவது, 'பார் மகளே பார்' படத்தில் அக்கா தங்கைகள் பிரிந்திருப்பது, 'படிக்காத மேதை'யில் வளர்ப்பு மகன், அவனது குடும்பத்தை விட்டுப் பிரிந்து போவது, 'பாலும் பழமும்' படத்தில் கணவன் மனைவி பிரிவது ..என குடும்பத்தின் பிரிவு எப்படி ஒவ்வொருவரையும் பாதிக்கிறது என்பதாகவே அமைந்திருந்தது. இதற்குப் பின்னணியாக விவசாயப் பிரச்சனை, தொழிலாளர்களின் உரிமை, மத ஒற்றுமை என கருத்துகளையும் சொல்லிவிடுகிறார்.

பீம்சிங்கின் கதை சொல்லும் பாணியில் ஒரு ஒற்றுமை இருப்பதைப்பார்க்கலாம். ஒரு குடும்பம் மிக ஒற்றுமையாக, மகிழ்ச்சியாக இருப்பதைக் காட்டிவிடுவார். அந்தக் குடும்பத்துக்கு யாரால் பிரச்சனை வரப்போகிறது என்பதையும் காட்டிவிட்டு, கதையின் மையப்புள்ளிக்கு வருவார். அந்த மையப் புள்ளியான காட்சி, சரியே செய்யமுடியாத சிக்கல்களை உருவாக்கிவிட்டு, அதை சரி செய்யும் காட்சி... உணர்ச்சி மேலிடும் வகையில் அமைந்திருக்கும். சிக்கலை எப்படி சரிசெய்கிறார், தீர்வு எப்படி எட்டபடுகிறது என்பதற்கு, நாடகீயமான காட்சிகள் கொண்டு நம்மை ஈர்த்துவிடுவார். இது இன்று சொல்லப்படும் மூன்றடுக்கு திரைக்கதைகளுக்கு முன்மாதிரி என்று சொல்லலாம். படத்தின் இறுதிக் காட்சிகள் முழுக்கவுமே உணர்ச்சியின் உச்சத்திலேயே காட்சிகளை அடுக்குவார். படம் முடிந்து வெளியே வரும் பார்வையாளர்கள் கண்ணீரை ஒற்றிக்கொள்ளும்படியான காட்சிகள். 'பாசமலர்' படத்தின் இறுதிக் காட்சி இப்போதும் காவியமாகப் பார்க்கப்படுகிறது.

அப்போதைய காலகட்டத்தின் வழக்கப்படி பெண்

கதாபாத்திரங்கள் கதையினை நகர்த்தக்கூடியவர்களாக இருப்பார்கள். முன்னணி இயக்குநர்கள் எல்லாருமே, பெண்களுக்கு காத்திரமான பாத்திரங்களைத் தந்திருக்கின்றனர். பீம்சிங்கினைப் பொறுத்தவரையில் இவருடைய படங்களில் இரண்டு விதமான பெண் கதாபாத்திரங்கள் கதையினை நகர்த்துவார்கள். அடக்கமும், அன்பும், பண்பும் கொண்ட பெண்கள் கதாநாயகிகளாக இருப்பார்கள். மற்றொருபுறம் பணத்தின் மீது பேராசை கொண்ட பெண்கள், கதைக்குள் பிரச்சனையை ஏற்படுத்திக் கொண்டிருப்பார்கள். ஏதோ ஒரு காரணத்தாலா அல்லது அப்போதைய காலகட்டத்தில் சமூகம் கொண்ட மனநிலையிலா என்பது தெரியவில்லை, நாடகத்தில் நடிக்கும் பெண்களை பலபடிகள் கீழே இறக்கியே பீம்சிங் கதாபாத்திரங்களைப் படைத்திருக்கிறார். 'கூத்தாடும்' பெண்கள் குடும்பங்களுக்கு இலாயக்கிலாதவர்கள் என்கிற தொனியை, பல படங்களில் கொண்டு வந்திருக்கிறார். 'பார் மகளே பார்' படத்தில் சிவாஜி, சௌகார் ஜானகிக்கு இரண்டு மகள்கள் என்பதாகக் கதை. இருவரும் பரதம் ஆடுபவர்கள். 'இதெல்லாம் குடும்பப் பொண்ணுங்களுக்கு கௌரவம் இல்ல' எனக் கடுமையாக எதிர்ப்பார் சிவாஜி.

காமெடி ட்ராக் என்று தனியாக வைக்கப்படும் விதத்தினையும், பீம்சிங் படங்களில் பார்க்க முடியும். ஆனால் அதனைக் கதையோடு எதேனும் ஒருகட்டத்தில் தொடர்புபடுத்திவிடுவார். அந்தக் காமெடி ட்ராக் என்பது அப்போதைய 'ட்ரெண்ட்'ல் உள்ள ஒரு விஷயத்தை ஒட்டியே இருந்திருக்கும். 'பாலும் பழமும்' படத்தில், எம்.ஆர் ராதா போலி நாட்டுவைத்தியராக இருப்பர். அந்தக் காலகட்டத்தில் நாட்டு வைத்தியம், சித்த வைத்தியம் என்கிற பெயரில் , அதிகமும் போலிகளை இறக்குமதி செய்த வைத்தியர்களை கிண்டல் செய்திருப்பார் எம்.ஆர் ராதா. நடிகரும், பத்திரிகையாளரும் இயக்குநருமான சோ ராமசாமி அறிமுகமான, 'பார் மகளே பார்' படத்தில்.. சோவின் கதாபாத்திரம் அத்தனை ரசனைக்குரியது. அவர் இந்தப் படத்தில் கார் மெக்கானிக். எதைப் பேசுவதாக இருந்தாலும் சென்னை மொழியோடு காரோடு தொடர்புபடுத்தியே பேசுவார். ஒவ்வொரு வசனமுமே ரசிக்கக்கூடியவை.

“உனக்கு அவ்வளவு தைரியமா?” என்பார் மனோரமா.

“இதுல என்ன தைரியம்..புதுசா வந்துருக்கற அம்மாம்பெரிய செவர்லே 41 வண்டியை இம்மாத்துண்டு சந்துக்குள்ள விடச்சொல்லு..பாடியில ஒரு ஸ்க்ராட்ச் கூட படாம தம்மாத்துண்டு டேமேஜ் ஆகாம கொண்டு வந்து நிறுத்துவேன். பாக்கறியா?” என்பார்.

“அக்கா..ஆரவல்லியா இது? சும்மா ஜீப் காருக்கு பாடி கட்டின மாதிரி ஜம்முன்னு இருக்கு”

இப்படி வாயைத் திறந்தாலே கார்களையும், தன் மெக்கானிச திறமையையும் பற்றிப் பேசும் சோ, நடுநடுவே பணக்காரர்களின் கார் மோகத்தையும் இடித்துக் காட்டுவார்.

‘பழனி’ படத்தில் நாகேஷ் பல குழந்தைகளின் தகப்பன். குடும்பக் கட்டுப்பாடு எத்தனை அவசியம் என்று சிரிக்க சிரிக்க சொல்லும் பாத்திரம்.

பீம்சிங் திரைக்கதை வசனம் எழுதிய படம் ‘ஆலயம்’. தயாரிப்பும் இவரே. திருமலை மகாலிங்கம் இந்தப் படத்தினை இயக்கியிருந்தார்கள். இந்தப் படத்தின் திரைக்கதையே ஒரு அரிய முயற்சி தான். காலை ஆறு மணிக்குத் தொடங்கி மாலை

நான்கு மணி வரை நடக்கும் சம்பவங்கள் தான் மொத்தப் படமே. அதைக் காட்டுவதற்காக ஒவ்வொரு காட்சியின் தொடக்கத்திலும் காட்சியோடு தொடர்புபடுத்தி கடிகாரம் காட்டப்படும். ஒரு அலுவலகத்தில் நடக்கிற அத்தனையையும் கதைக்குள் கொண்டு வந்திருப்பார்.

ஒரு கதாபாத்திரம் எப்படிப்பட்டது என்பதை அதனை அறிமுகம் செய்யும் காட்சியிலேயே சொல்லிவிடுகிறவர் பீம்சிங். “நீ என்ன மேன் வாயைத் திறந்தாலே நல்ல விசயமா பேசற..உன்னை எனக்கு ரொம்ப பிடிச்சிருக்கு” - இது ‘பார் மகளே பார்’ படத்தில் சிவாஜி எம்.ஆர் ராதாவைப் பற்றி சொல்வது. “அண்ணன் பெரிய படிப்பு படிச்சிருக்கு..நான் ஒரு வேட்டைக்கரரன்..படிப்பு ஏறாதவன்” இது படித்தால் மட்டும் போதுமா படத்தில் சிவாஜி, தன்னையும் தன் அண்ணனையும் பற்றிச் சொல்வது.

“நீங்க கோயில் அறங்காவலர் குழுவுல இருந்தா.. நேர்மையான மனுஷன் இருக்கறார்ன்னு மத்தவங்க கோயிலுக்கு நன்கொடை குடுப்பாங்க” இது மேஜர் சுந்தர்ராஜன் கதாபாத்திரத்தைப் பார்த்து, ஆலயம் படத்தில் வேறொரு கதாபத்திரம் சொல்வது.

இப்படி ஒரு கதாபாத்திரத்தின் தன்மையினை அறிமுகக் காட்சியில் சொல்லிவிட்டு, இப்படிப்பட்ட கதாபாத்திரத்துக்கு என்ன சோதனை வருகிறது என்பதை மீதிக் கதையாக சொல்லிச் செல்வார்.

பீம்சிங் படத்தின் மற்றொரு முக்கிய அம்சம் படத்தொகுப்பு. இயக்குநர்கள் கிருஷ்ணன் பஞ்சு இயக்கிய படங்களுக்கு, தொடக்கத்தில் எடிட்டராக பணி செய்தவர் பீம்சிங். அவர் இயக்கியப் படங்களுக்கு எடிட்டிங் மேற்பார்வையாளராக இருந்தார். ஒரு எடிட்டர் திரைப்படம் இயக்கும்போது உள்ள அத்தனை நேர்த்தியையும் தனது படத்தில் கொண்டிருந்தார். எதைச் சுருங்கச் சொல்ல வேண்டும், எந்தக் காட்சிக்கு நீளம் இருந்தால் மக்கள் ரசிப்பார்கள் என்பதையெல்லாம் அறிந்திருந்தார்.

பாகப்பிரிவினை படத்தின் முதல் காட்சி — ஒரு சிறுவன் பட்டம் விட்டுக் கொண்டிருப்பான். அந்தப் பட்டம் ஒரு விளக்குக்

கம்பத்தில் மாட்டிக் கொள்ளும் . அதை எடுக்க அந்த சிறுவன் அதில் ஏறுவான். மின்சாரம் தாக்கி கீழே விழுந்துவிடுவான். பிறகு படத்தின் டைட்டில் கார்ட் போடப்படும். அதன் பின் கதை வேறு ஒரு இடத்தில் தொடங்கும். அப்படி அடிபட்டு விழுந்த சிறுவன் தான் சிவாஜி என்பது நமக்கு புரிந்தாலும், அதை படம் விளக்காது.., ஆனால் அதற்கென்று ஒரு காட்சியை வைத்திருப்பார். அதில் ஒரு நிகழ்வு போல அந்தக் காட்சியைச் சொல்லிச் சென்றிருப்பார். இந்த யுத்தியை நவீன காலத்து படங்களும் எடுத்தாள்வதைப் பார்க்கலாம். டைட்டிலுக்கு முன்பு ஒரு பின்னணிக் கதை சொல்லப்பட்டு அதனைத் தக்க சமயத்தில் கதையோடு இணைக்கும் யுத்தி அது.

அப்போதைய படங்கள் பெரும்பாலும் ஸ்டுடியோக்களில் எடுக்கப்பட்டன. பீம்சிங்கின் படங்கள் நேரடியாக கதை நடக்கும் களத்தில் எடுக்கப்பட்டுக் கொண்டிருந்தன. 'பச்சை விளக்கு' படம் ரயில்வே நிலையங்களிலும் ரயிலிலும் எடுக்கப்பட்டது. பழனி படத்தில் ஒரு தரிசு நிலம் முப்போகம் விளையக்கூடிய நிலமாக மாறுவது வரைக் காட்டப்பட்டிருந்தது. இதனைக் காட்சிப்படுத்தியதில் ஒரு சிறந்த படத்தொகுப்பாளராக பீம்சிங் தன்னை வெளிக்காட்டியிருப்பார். 'ராஜா ராணி' படத்தில் ஒரு மின்னணுப் பொருட்கள் விற்கும் கடையையும் காட்டியிருப்பார். இசைக்கு விஸ்வநாதன் ராமமூர்த்தி என்றால், ஒளிப்பதிவுக்கு ஜி.விட்டல் ராவ். பாடல் வரிகளுக்கு கண்ணதாசன். பீம்சிங் அவர்களின் படங்களின் டைட்டில் கார்டுகளில் பெரிய மாற்றமிருக்காது. சிவாஜி இவரது படங்களில் தொடர்ந்து நடித்து வந்ததைப் போல, எம்ஆர் ராதாவும் படங்களில் இடம்பெற்றிருந்தார்.

சிவாஜியும் பீம்சிங்கும் 'ராஜா ராணி' படத்தில் தொடங்கி, தொடர்ந்து இருபது வருட காலங்கள் பயணம் செய்தார்கள். என்ன மாதிரியான கதாபாத்திரம் என்றாலும் சிவாஜி இருக்கிறார் என்று துணிந்து பீம்சிங் எடுத்தப் படங்கள் எல்லாமே.. இன்றளவும் நாம் யோசித்துப் பார்த்திராத களங்கள் தான்.

பீம்சிங் படங்களில் வருகிற சிவாஜி அப்பாவியானவர். பார் மகளே பார், பாவ மன்னிப்பு என சிவாஜிக்கு சில அரிய

விதிவிலக்குகளும் உண்டு. மற்றபடி பாகப்பிரிவினை, பழனி, படித்தால் மட்டும் போதுமா, படிக்காத மேதை, பாசமலரில் வருகிற ஏழை சிவாஜி என இந்தக் கதாபாத்திரங்கள் எல்லாருமே அத்தனை வெள்ளந்திகள். ஆனால் ஒவ்வொரு வெள்ளந்தித் தனத்துக்கும் ஒரு தனி இயல்பு உண்டு. பாகப்பிரிவினை சிவாஜி மனதில் எதையும் வைத்துக் கொள்ளாமல் சட்டென்று பேசிவிடுகிற குணம் கொண்டவர். படித்தால் மட்டும் போதுமா சிவாஜி முதிர்ச்சியான அப்பாவித்தனம் கொண்டவர். படிக்காத மேதை சிவாஜி அன்புக்காக எதையும் செய்யக்கூடிய அப்பாவித்தனம் வாய்த்தவர். பழனி சிவாஜி கணேசன் அந்தக் காலகட்டத்து உழைக்கும் மக்கள் கொண்ட அப்பாவித்தனத்தை அசலாக எடுத்துக்காட்டியவர். பாசமலரும், பச்சை விளக்கும் ஒரே கதை தான். பச்சை விளக்கு படத்தில் தனது தங்கையின் டாக்டர் கனவு நிறைவேறுவதற்காக உழைக்கும் ஒரு அண்ணன், தன்னை இழந்து தன் தங்கையின் கனவை நிறைவேற்றும் கதை. இரண்டு சிவாஜிக்களும் வேறு வேறு.

பீம்சிங்கின் படங்களுக்கு இருந்த வரவேற்புக்கு காரணம் சிவாஜி, விஸ்வநாதன் ராமமூர்த்தி, கண்ணதாசன், கதைகள் என பல காரணங்கள் இருந்தாலும் முக்கியமாக படங்களில் அவர் தருணங்களை உருவாக்கும் விதம் குறிப்பிட்டே ஆக வேண்டியது. கதைக்குள் ஒரு காட்சி என்பது போல இல்லாமல், அந்தக் காட்சியை கதையின் மையமாக மாற்றிவிடுவார். பார் மகளே பார் படத்தில்.. பிறந்த இரண்டு பெண் குழந்தைகளில்.. ஒருவர் தான் தனக்குப் பிறந்தது என்று சிவாஜி அறிந்து கொள்ளும் தருணம், பாசமலர் படத்தில் தனது தங்கையே தன்னை எதிர்த்துப் பேசுகிறாள் என்பது, பச்சை விளக்கு படத்தில் தங்கையிடம் தனியாகப் பேச வேண்டும் என்று கேட்டு கணவனுடன் தாம்பத்திய வாழ்க்கையிலும் ஈடுபட வேண்டும் என்பதை சிவாஜி விஜயகுமாரியிடம் நாசூக்காக சொல்லும் காட்சி, படித்தால் மட்டும் போதுமா படத்தில் 'நான் ரசிகனும் அல்ல..' என்று பாடி முடித்துவிட்டு மனைவியிடம் கெஞ்சுவது, படிக்காத மேதை படத்தில் வளர்ப்புத் தந்தையான எஸ்.வி ரெங்காராவே சிவாஜியை வீட்டை விட்டுப் போகச் சொல்லி அனுப்பி வைப்பது, பாகப்பிரிவினையில் பாகம் பிரித்த பின் சிவாஜி

எல்லாரிடமும் உடைந்து அழுதபடி பேசுவது, பாலும் பழமும் படத்தில் தன்னால் முதல் மனைவியை மறக்க முடியவில்லை என.. இரண்டாம் மனைவியான சௌகார் ஜானகியிடம் புரிய வைப்பது, பழனி' யில் முதல் தம்பி வீட்டை விட்டுப் போன பின் மற்ற தம்பிகளிடம் 'இனிமே நீங்களும் எங்கிட்ட பேசாதீங்கடா.. நீங்க பிரிஞ்சு போனா நான் செத்துப் போயிடுவேன்டா" என்று அழுகிற இடம் என இப்படி சொல்லிக் கொண்டே போகும் அற்புதத் தருணங்கள் பீம்சிங் படத்தில் உண்டு.

இந்தத் தருணங்கள் கதாபாத்திரங்களின் மனநிலையையும், கதையின் மையத்தையும் தொட்டு .. பின் வலுவாக நிலைபெற்றுவிடும். பாவ மன்னிப்பு மட்டுமல்லாது பீம்சிங்கின் எல்லாப் படங்களிலும் மாற்று மதத்தினரைக் காட்சியில் கொண்டு வந்திருப்பார். இதனைத் தொடர்ந்து தனது படங்களில் குறிப்பாக செய்திருக்கிறார். பழனியில் வரும் இப்ராஹீம், ஆலயம் படத்தின் தாமஸ், பச்சை விளக்கு ஜேம்ஸ் என..இவர்கள் கதாநாயகனுக்கு அணுக்கமான நண்பர்களாக இருப்பார்கள். குடும்பத்தில் ஒருவராக பழகுவார்கள். வட்டாரமொழியிலும் பீம்சிங் கவனமாக இருந்திருக்கிறார். கொங்கு, மதுரை வட்டாரப் பகுதிகளின் மொழிகளை, அதிகம் தனது படங்களில் பேசவிட்ட முதல் இயக்குநர் என்று கூட சொல்லலாம்.

ஒரு நடிகரின் உடல்மொழி எப்படி இருக்க வேண்டும் என்பது வரை, தன்னுடைய ஸ்க்ரிப்ட்டில் எழுதி வைத்துக் கொண்ட பிறகே படப்பிடிப்புக்கு சென்றிருக்கிறார். ஒரு உணர்ச்சிப்பூர்வமான காட்சி என்றால், சட்டென்று நடிகர்கள் வெளிப்படுத்திவிடமாட்டார்கள். முதலில் உடல் மொழியில் காட்டி விட்டு, பின்பே வசனத்துக்குள் செல்வார்கள். இதனைத் தொடர்ந்து தன்னுடைய படங்களில் அவர் செயல்படுத்தியிருக்கிறார். ஒரு இயக்குநராக தனது கட்டுப்பாட்டில் எல்லாவற்றையும் கொண்டு வந்த ஆளுமை அவர்.

எடிட்டிங், ஒளிப்பதிவு, இசை, நடிக்கும் அனுபவம் போன்றவை இருந்ததால் மற்றவர்களிடம் எப்படி கேட்டு ஒவ்வொன்றையும் பெற வேண்டும் என்று தெரிந்துவைத்திருந்தார். இந்தி, தமிழ், தெலுங்கு, கன்னடம் என இவர் இயக்கியப்

படங்களில் முப்பதுக்கும் மேற்பட்ட இசையமைப்பாளர்கள் பணிபுரிந்திருக்கிறார்கள். பாடல்கள் அத்தனையும் வெற்றி பெற்றன. இன்று வரை கிளாசிக்காக இருந்திருக்கின்றன.

பீம்சிங் என்றதும் 'ப' வரிசை படங்கள் இயக்கினவர் தானே என்று மட்டும் சொல்லிச் செல்ல முடியாது. இன்று பேசுகிற மூன்றடுக்கு கதைகள், ஒரு படத்துக்குத் தேவைப்படுகிற நாடகத்தனம், உணர்ச்சிக் கொந்தளிப்புகள், கதாபாத்திரத்தன்மை என எல்லாவற்றையும் எந்தத் திரைப்படப்பள்ளிக்கும் செல்லாமல் தனது அனுபவத்தின் மூலமாக மட்டுமே திரையில் காட்டிய மேதை என்று சொல்லவேண்டும்.

இன்று வரை தொலைக்காட்சித் தொடர்களிலும், குடும்பப் படங்களாக கொண்டாடப்படும் திரைப்படங்களிலும் பீம்சிங் படங்களின் சாயல்கள் உண்டு, கதைகள் உண்டு. அவர் படத்தின் காட்சிகள் உண்டு. குடும்பத்தில் ஏற்படக்கூடிய உறவுச்சிக்கல்கள் என்று ஒரு கதைக்குள் வகுத்துக் கொண்டு புதிய கதைகளை நாம் சொல்லிவிட முடியாதபடி எல்லாவற்றையும் பீம்சிங் சொல்லிச் சென்றிருக்கிறார்.

ஒரு இயக்குநரின் மகத்தான சாதனை இது. முறியடிக்கப்பட முடியாத சாதனையும் கூட.

A.T. கிருஷ்ணசாமி

தமிழில் அதிகம் கவனிக்கப்படாத, அதே நேரம் நவீன சிந்தனையுடன் படங்களை இயக்கியவர் கி.ஜி கிருஷ்ணசாமி. ஒவ்வொன்றும் ஒவ்வொரு ரகம்.

'சபாபதி' என்கிற படம் 1941ல் வெளிவந்தது. எண்பது வருடங்களை படம் கடந்துவிட்டது. இப்போதும் தொலைகாட்சியில் அந்தப் படத்தினை ஒளிபரப்பும்போது ரசிக்கப்படுகிற வரிசையில் உள்ளது சபாபதி. தமிழின் முதல் முழு நீள நகைச்சுவைத் திரைப்படமாக சபாபதியை சொல்ல முடியும். இப்போது பார்த்தாலும் சபாபதி நம்மை சிரிக்க வைக்கும் என்பது தான் முக்கியமானது.

டேனியல் டேஃபோ எழுதிய ஒரு நாவலை அடிப்படையாகக் கொண்டு, அதில் வரும் Friday என்கிற ஒரு பணியாள் கதாபாத்திரத்தை மட்டும் எடுத்துக் கொண்டு, ஒரு நாடகத்தை உருவாக்குகிறார் பம்மல் சம்பந்த முதலியார். அந்த நாவலில் வருகிற பணியாளரின் பெயர் Friday கதாபாத்திரம் ஒரு அப்பாவி. அதைப் போல சபாபதி என்கிற வேலையாள் கதாபாத்திரத்தை படைக்கிறார் சம்பந்த முதலியார். அந்தப் பணியாள் வேலை செய்யும் அந்த வீட்டின் ஜமீன்தார் பெயரும் சபாபதி தான். இரண்டு சபாபதிக்களும் அடிப்படையில் விவரம் தெரியாதவர்கள். முட்டாள்கள் என்றும் சொல்லலாம். இருவருமே சுயமாய் சிந்திக்கும் திறனற்றவர்கள். இதில் ஜமீன்தார் சபாபதி தனக்கு

ஒன்றும் தெரியாது என்பதை ஒப்புக் கொள்வதில்லை. பணியாளோ எதைச் செய்தாலும் புத்திசாலித்தனமாக யோசித்து செய்வதில்லை. ஜமீன்தார் சபாபதிக்குத் திருமணமாகிறது. மாமனார் வீட்டில் இருக்கும் தன் மனைவியைப் பார்க்க, பணியாள் சபாபதியுடன் கிளம்புகிறார் ஜமீன்தார். இருவரின் பயணமும், அதில் நடக்கும் சம்பவங்களும், அவர்கள் மாமனார் வீட்டுக்குப் போவதும், அங்கு பணி செய்யும் பெண்ணின் மீது பணியாள் சபாபதிக்கு காதல் வருவதும் ஒரு கதை.

ஜமீன்தார் சபாபதியின் மனைவி பள்ளிக்கூட பரிட்சையில் அந்த வருடம் தேறியவர். சபாபதியோ தோற்றவர். மனைவியின் மேற்பார்வையில் மீண்டும் தேர்வு எழுதி வெற்றி பெற வேண்டும் என முயற்சி செய்கிறார். அவருக்கு ஆங்கிலம் உட்பட பாடங்களை சொல்லித் தருகிறார் மனைவி. இருவரும் சேர்ந்து கல்லூரிக்குப் போக வேண்டும் என்பது, இரு வீட்டுப் பெற்றோரின் முடிவாக இருக்கிறது. இப்படி ஒரு கதைக்களனைக் கொண்டு சபாபதி படம் வெளிவந்தது.

இந்தப் படம் வெளிவந்த காலகட்டத்தில் இரண்டாம் உலகப் போர் நடந்து கொண்டிருந்தது. படத்தில் கூட ஒரு காட்சி உண்டு. மனைவி சபாபதியிடம் பாடத்தில் இருந்து கேள்விகள் கேட்பார். "இரண்டாம் உலக யுத்தம் நடைபெற்ற ஆண்டு?" என்றதும், "இதோ இப்பக் கூட யுத்தம் முடியலியே" என்பார் சபாபதி. மக்களுக்கு பொழுதுபோக்கிற்ககவும், அவர்கள் மனம்விட்டு சிரிக்கவும், ஒரு நகைச்சுவைப் படத்தினை எடுக்கலாம் என்று, ஏ.டி கிருஷ்ணசாமி ஏ.வி மெய்யப்ப செட்டியாரை அணுகுகிறார். அப்போது ஏவிஎம் தயாரிப்பு நிறுவனம் உருவாகாத காலம். இந்தப் படத்தினை மெய்யப்ப செட்டியார் தயாரித்தார். அவர் இந்தப் படத்தின் சில பகுதிகளை இயக்கினார் என்றும் சொல்லப்படுவதுண்டு. கி.ஜி. கிருஷ்ணசாமி எதிர்பார்த்தது போலவே, மக்கள் சிரிப்பதற்காக ஒரு படம் வந்திருகிறது என்று.. தொடர்ந்து திரையரங்குக்கு வந்தனர். படம் பெரும் வெற்றி.

சில நகைச்சுவைகள் வசனங்களில் வெளிப்படும். சில நகைச்சுவைகள் தருணங்களாலும், சூழலாலும் வெளிப்படும். இந்தப் படம் இரண்டுமே கலந்தது.

இந்தப் படத்தில் கதாநாயகியாக நடித்த பத்மா, அப்போதைய லக்ஸ் சோப் நிறுவனத்தின் பிரபல மாடலாக இருந்தவர்.

A.T கிருஷ்ணசாமி தன்னுடைய அனைத்துப் படங்களிலுமே, நகைச்சுவைக்கு சரியான விகிதத்தில் இடம் கொடுத்திருக்கிறார். அடுத்தடுத்து அவரால் முழு நீள நகைச்சுவைப் படங்கள் இயக்கியிருக்க முடியும். அதற்கான திறமை கொண்டவராகவே இருந்திருக்கிறார். ஆனாலும் ஒவ்வொரு படங்களையும் வெவ்வேறு வகை மாதிரிகளில் முயன்றிருக்கிறார்.

இவருடைய இயக்கத்தில் டி.ஆர் மகாலிங்கம் நடித்த 'மோகன சுந்தரம்' த்ரில்லர் வகையிலானது. அப்போதைய மிக பிரபலமான சிஐடி கதாபாத்திரமும், மாறுவேஷத்தில் கொலை ஒன்றினைத் துப்பு துலக்கும் சாகச காட்சிகளும் கொண்ட படம். ஆள் மாறாட்டத்தினை வைத்து சஸ்பென்சை சுவாரஸ்யமாகக் கொண்டு போன படமும் கூட. நாவல் எழுத்தின் முன்னோடிகளில் ஒருவரான ஜே.ஆர் ரெங்கராஜு 'மோகன சுந்தரம்' என்ற பெயரில் எழுதிய நாவலையே படமாக எடுத்திருந்தனர்.

ஆள் மாறாட்டம் என்பது நாவலில் எழுதிவிட முடியும். அதையே திரையில் காட்டும்போது நம்பகத்தன்மை வேண்டும். அதை சரியாகி இந்தப் படத்தில் கையாண்டிருந்தார் ஏ.டி கிருஷ்ணசாமி. படத்திற்குத் திரைக்கதையும் இவரே.

பிறகு வந்த 'அறிவாளி'. 'அறிவாளி' கதை ஷேக்ஸ்பியரின் The Taming of the Shrew நாடகத்தின் அடிப்படையிலேயே திரைக்கதையாக்கப்பட்டிருக்கிறது.

ஷேக்ஸ்பியரின் நாவலில் கேதெரீனா என்கிற கதாபாத்திரம் யாருக்கும் அடங்காமல் திமிர்பிடித்த பெண்ணாக வருவார். அவளுக்குப் பிடிக்காமலேயே திருமணம் நடந்துவிடும்.

கேதெரீனாவை வழிக்கு கொண்டு வர அவளது கணவர் பெட்ருசினோ அவளுக்கு தண்ணீர் கூட தராமல் தானும் பிடிவாதம் செய்து பட்டினிபோட்டு வழிக்குக் கொண்டு வருகிறார் என்பதாக அமைந்திருக்கும். சிரிக்க சிரிக்க சொன்னாலும் இது ஒரு ஆணாதிக்க நாவல் என கடுமையான விமர்சனமும் உண்டு.

'அறிவாளி'யில் கிருஷ்ணஸ்வாமியும் பானுமதியை சிவாஜி தன் வழிக்குக் கொண்டு வர பாடாய்ப்படுத்துகிறார் என்றாலும் அது ஒரே காட்சியில் முடிந்து விடுகிறது. அதன்பிறகு சிவாஜியும், பானுமதியும் மனமொத்து எல்லா முடிவுகளையும் எடுக்கிறார்கள் என்பதாக படத்தினைக் கொண்டு போயிருக்கிறார். கணவன், மனைவி உறவென்பது நட்பின் அடிப்படையில் அமைய வேண்டும் என்பதை அந்தக் காலத்தில் தெளிவாக எடுத்துச் சொன்ன படமாக இருந்தது. அந்த வகையில் இந்தப் படம் தமிழ் சினிமாவின் முக்கியத் திரைப்படம் என்று கொள்ளலாம்.

அதன் பின் 'மனம் ஒரு குரங்கு' என்கிற படத்தினை சோ. ராமசாமி அவர்கள் திரைக்கதை, வசனம் எழுத- இயக்கியிருக்கிறார் கிருஷ்ணசாமி. ஒவ்வொரு காட்சியும் அத்தனை சுவாரஸ்யமானது. படத்தின் டைட்டில் கார்டில் தொடங்கி வித்தியாசமாக யோசித்திருக்கிறார்கள். ஒரு குரங்கினை பூமியில் இருந்து விண்வெளிக்கு ராக்கெட்டில் அனுப்புகிறார்கள். கிரகத்தினை அடையப்போகும் நேரம், அங்கு ஒரு இதய வடிவிலான மற்றொரு கிரகத்தினைப் பார்கிறது குரங்கு. உடனேயே அதை நோக்கி ராக்கெட்டினைத் திருப்புகிறது. இதயத்துக்குள் ராக்கெட் புகுந்ததும் ராக்கெட்டும் உடைந்து, இதயமும் உடைகிறது. குரங்கு தொங்கிக் கொண்டிருக்கிறது.'மனம் ஒரு குரங்கு' என்று டைட்டில் அதன் மேல் வருகிறது.

சோ, 'துக்ளக்' போன்ற நேரடி அரசியல் நையாண்டிகளைப் பேசுவதற்கு முன்பு எழுதிய படம் இது. இந்தப் படத்தின் கதையினை 'ஏணிப்படிகள்', 'ரங்கீலா' படங்களில் காண முடியும். பெர்னார்ட் ஷாவின் Pygmalion நாடகத்தின் தழுவலே இந்தப் படம். ஷாவின் நாடகத்தை பலர் ஆங்கிலத்தில் படமாக எடுத்துள்ளனர். இதில் பிரபலமானது ஆட்ரே ஹெப்பர்ன் நடித்த 'My fair Lady'. இந்தப் படம் வெளிவந்த இரண்டு ஆண்டுகளுக்குப்

பிறகு 'மனம் ஒரு குரங்கு' வெளியானது. சுய அடையாளத்தைத் தொலைப்பது தான் இந்தப் படங்களின் மையம்.

அந்த நேரத்தில் இருந்த அரசியல் சூழலைக் காட்சிகளாகவும் வசனங்களாகவும் சோ தனது திரைக்கதையில் கொண்டு வந்திருந்தார். பொதுவாக, சில படங்களில் சமூகக் கருத்துக்களை சொல்ல வேண்டுமானால் படத்துக்குள் ஒரு நாடகக் காட்சியை வைப்பார்கள். அந்த நாடகக் காட்சியில் சமூகத்துக்கு சொல்ல வேண்டிவற்றை பிரசாரம் போல சொல்லுவார்கள். இதனைப் பல படங்களில் பார்க்க முடியும். இந்தப் படத்தில் நேரடியாகவே அரசியலைத் தொட்டிருந்தனர். கூடுதலாகப் படத்தில் ஒரு நாடகக்காட்சியையும் கொண்டு வந்திருந்தார். அரசியல் குறித்த நக்கலையும் நையாண்டியையும் வாய்ப்புள்ள இடங்களில் எல்லாம் படத்தில் பயன்படுத்திக் கொண்டார்கள். படத்தில் சோவின் அப்பாவாக வரும் வி.கே ராமசாமி அரிசி மண்டி வைத்திருப்பார். சோவுக்கும் அவரது அப்பாவுக்கும் இடையே நடக்கும் உரையாடல்கள் ரசிக்கலாம். அதே நேரம், இன்காம் டாக்ஸ், அரசி பதுக்கல், கள்ளச்சந்தை போன்றவற்றைப் பற்றியும் பேசும் வாய்ப்பாக அமைத்துக் கொண்டனர்.

படத்தின் நாயகி கே.ஆர் விஜயா காய்கறி விற்கும் பெண்ணாக வருவார்.

"என்னம்மா கிலோ கத்திரிக்கா முக்கால் ரூவாயா ? அநியாயமா இருக்கே ?"

"அரிசி பற்றாக்குறை இருக்கற காலம்..காய்கறிய திண்ணுன்னு மந்திரியே சொல்லிட்டாங்க.. இல்லேன்னா குடுத்துருக்காங்களே ரேஷன் கார்டு.. அதத் திண்ணு"

என்று வசனங்கள் அன்றைய அரசியல், சமூக நிலவரத்தை சொல்லிக் கொண்டே வருகின்றன. இந்தப் படத்தின் வசனம் சோ என்றாலும், A.T கிருஷ்ணசாமி அப்போதைய அரசியல் நடப்புகளைத் தொடந்து தனது எல்லாப் படங்களில் விமர்சித்துக் கொண்டே இருந்திருக்கிறார்.

அதே போல் தொடர்ந்து இவரது கதாநாயகர்கள், விவசாயத்தின் மீது ஈடுபாடு கொண்டவர்களாக இருந்திருக்கிறார்கள்.

கூட்டுப் பண்ணை, கிராமப் பொருளாதாரம், நகரமயமாதலில் வரும் சிக்கல்கள் போன்றவற்றை, இவரது கதாநாயகர்கள் தெளிவாய்ப் பேசுகிறார்கள்.

பிரசங்கிக்கவில்லை என்பது சொல்லப்பட வேண்டியது. நகரத்துக்கு போய் பொறியியல், விவசாயப் படிப்பு போன்றவற்றைக் கற்றவர்கள், கிராமங்களுக்கு வந்து களத்தை ஆய்வு செய்ய வேண்டும் என்பதும்.. இவர் தனது படங்களின் மூலம் வலியுறுத்துவது. காந்தியின் கொள்கை மீது பெரும் பற்றுக் கொண்டவர் என்பது இவரது படங்களைப் பார்ப்பவர்களால் சொல்லிவிட முடியும். படத்தில் ஒரு கிராமத்தின் பெயரே காந்திகிராமம்பட்டி தான்.

திருக்குறளை முன்மொழிந்து திருமணம், ஆண் பெண் சம்மதம் இருந்தால் மட்டுமே வாழ்க்கையில் ஒன்றிணைதல் போன்றவற்றை, தன்னுடைய படங்களில் வலியுறுத்தியிருக்கிறார் கிருஷ்ணசாமி.

பெண் கதாபத்திரங்களை பொறுத்தவரை நாணிக் கோணாமல், கதவுக்குப் பின் ஒளியாமல், நாற்காலிகளில் ஆண்களுக்கு முன்பு கம்பீரமாக அமர்ந்திருப்பவர்களாக இருக்கிறார்கள். எந்த பெண்ணும் படத்தில் நின்று கொண்டு பேசுவதில்லை. “உக்காரும்மா..உக்காந்து பேசு..ஆணுக்கு பெண் சமானம்னா முதல்ல சமானமா உக்காரணும்..” என்று தொடர்ந்து கதாபாத்திரங்கள் வெவ்வேறு படங்களின் ஒரு காட்சியிலாவது சொல்லிக் கொண்டே இருக்கிறார்கள்.

சில பெண் கதாபாத்திரங்களைக் காட்டுகிறபோது அவர்கள் புத்தகங்கள் வாசிப்பது போலவே காட்டியிருக்கிறார்.

படங்களில் வாசகசாலை என அழைக்கபப்பட்ட நூலகத்தினைக் காட்டுவது என்பதே அபூர்வமான காட்சி. ‘அறிவாளி’ படத்தில் வாசகசாலை காட்டப்படுகிறது. ஆச்சரியமாக அதில் பெண்கள் புத்தகங்கள் வாசித்துக் கொண்டிருப்பார்கள்.

ஆண்கள், பெண்களின் ஆலோசனகளைக் கேட்டு செயல்படுவது போல் அனைத்துப் படங்களிலும் அமைத்திருப்பது மிக ஆச்சரியம்.

‘அறிவாளி’ படத்தின் பானுமதி கதாபாத்திரம் ஒரு உதாரணம். இதே படத்தில் ஒரு பெண் தன கணவனிடம் இப்படி சொல்லுவார், “இந்தக் காலத்துல எதுக்கு ஒருத்தருக்கு ஆயிரம் வேலி, ரெண்டாயிரம் வேலி நிலம். அதை நீங்க தரலேனா சர்க்கார் எடுத்துக்கப் போகுது. அதை கூட்டுறவுப் பண்ணையா மாத்திடுங்களேன்” என்பார்.

“நீயே சொல்லிட்டே..இனிமே நான் சொல்றதுக்கு என்ன இருக்கு. அப்படியே செய்துடுவோம்” என்பார் கணவர்.

“குடும்பங்கற ஒரு இதுல..கணவன் ராஜா”

“ம்ஹூம்..இந்த ராஜா ராணியெல்லாம் பழசு. ஜனாதிபதி மாதிரி பெண்கள் சம்சாராதிபதி”

இப்படி தொடர்ந்து பாலின சமத்துவம் குறித்து பேசியிருக்கிறார்.

நாற்பது, ஐம்பதுகளின் சென்னையைப் பார்க்க விரும்புபவர்கள், இவரது ‘சபாபதி’, ‘மோகன சுந்தரம்’ படங்களின் ஆரம்பக் காட்சிகளைப் பார்க்கலாம். ‘மோகனசுந்தரம்’ படத்தில் டி.ஆர் மகாலிங்கம் வரலக்ஷ்மியிடம் காதலைச் சொல்லும் இடம், நேப்பியர் பாலத்தின் பின்னணியில் கூவம் கடலில் கலக்கும் இடத்தின் அருகில், பாறைப்பகுதியில் படமாக்கப்பட்டிருக்கிறது.

கிருஷ்ணசாமி காட்டும் படங்களில் மேல்தட்டு வர்க்கத்தினர் மட்டுமே அநேகமாக கதாபாத்திரங்களாக இருக்கிறார்கள். அவர்களின் கதையையே சொல்லியிருக்கிறார். ஆனால் அவர்களின் வாழ்க்கை முறையினை எந்த பேதமுமின்றி சொல்ல முயற்சித்திருக்கிறார் என்பதையும் குறிப்பிட வேண்டும்.

ஆங்கிலத்தின் மீது இயக்குநருக்கு அதிக ஈடுபாடு இருந்திருக்க வேண்டும். அது அவரது வசனங்களிலும் தேர்ந்தெடுக்கும் கதைகளிலும் தெரிகிறது. ஆண்கள் பெண்கள் வயதானவர்கள் என கதாபாத்திர பேதமின்றி எல்லோருமே ஆங்கிலத்தில் சரளமாகப் பேசுபவர்கள்.

இவருடைய அட்டகாசமான திறமை என்பது வசனங்கள். அத்தனை இயல்பாக கதாபத்திரங்கள் பேசுகிறார்கள்.

அப்போதைய படங்களில் வழக்கு மொழியில் பேசும் கதாபாத்திரங்கள் உணர்ச்சிவசப்படும்போது, செந்தமிழுக்கு மாறுவதை பார்க்க முடியும். இவரது படங்களில் கதாபாத்திரங்கள் எந்தச் சூழலில் பேசினாலும், ஒரே போல் இயல்பு குறையாமலேயே பேசுகிறார்கள். அந்தக் காலகட்டத்தில் கல்லூரி படித்தவர்கள், விவசாயம் செய்தவர்கள், பெண்கள் தங்களுக்குள் எப்படிப் பேசிக்கொள்வார்கள் என்று சொல்லும் படங்கள் அரிது. அவை சினிமாவுக்கென உள்ள மொழியிலேயே அமைந்திருக்கும் . ஏ.டி கிருஷ்ணசாமியின் படங்களில் நம்மால் அப்போதுள்ள பேச்சு வழக்குகளைத் தெரிந்து கொள்ள முடியும்.

ஆண்கள் பெண்கள் வயதானவர்கள் என பேதமின்றி எல்லோருமே ஆங்கிலத்தில் சரளமாகப் பேசுபவர்கள்.

இவருடைய படங்களின் சில வசனங்கள் உதாரணங்களுக்காக,

// "நம்ம கல்யாணம்.. நகமும் சதையும் போல ஏக பொருத்தம்"

"அது பழைய உவமானம். பேசும் படம் மாதிரி.. பிக்சரும் சவுண்டும் மாதிரி கன பொருத்தம்னு சொல்லு" //

// எப்பதேலேருந்து ரேஷன்—ன்னு ஒண்ணு அரசாங்கம் கொண்டு வந்தது தெரியுமா? என்னை மாதிரி கிராமத்து பண்ணைல வேலை செஞ்சவங்கள, நகரத்துக்கு கூப்பிட்டுக்கிட்டதுலேருந்து உணவு உற்பத்தி குறைஞ்சு போச்சு..ரேஷனும் அறிமுகமாச்சு//

//பலரை ஏமாத்தி பணம் பண்ணுற முதலாளிங்க கூட்டத்துக்கு அவன் தான் பிரசிடென்ட்//

ஒரு வயதான அலுவலர் மேனேஜரிடம் சொல்வது :

//சாருக்கும் ஐயாவுக்கு ஒரே அர்த்தம் தான். நான் உங்களை சார்னு கூப்புடலாம். ஆனா நீங்க என்னை ஐயான்னு தான் கூப்பிட முடியும், சார்னு கூப்பிட முடியாது. கூப்பிட்டு பாருங்களேன். உங்களுக்கு மென்னிய புடிக்கும். அது தான் ரெண்டு வார்த்தைக்கும் உள்ள வித்தியாசம்//

நவீன சிந்தனையும், அரசியல், சமூகம் குறித்த பார்வையும் கொண்ட இயக்குநராக ஏ.டி.கிருஷ்ணசாமி இருந்திருக்கிறார். தனது பெயருக்குப் பின்பு பட்டப்படிப்பை சேர்த்துக் கொண்ட சொற்ப இயக்குநர்களில் ஒருவரும் கூட. பி.ஏ படித்திருக்கிறார். இவரது அனேகப் படங்களுக்கு பாலு என்பவர் ஒளிப்பதிவாளராக பணி செய்திருக்கிறார். சாரங்கபாணி, பாலையா இவர்களைத் தொடர்ந்து, தனது படங்களில் குணச்சித்திர வேடங்களுக்கு பயன்படுத்தியிருக்கிறார். தமிழ் வாத்தியாராக சபாபதியிலும் பானுமதியின் அப்பாவாக அறிவாளியிலும் வரும் சாரங்கபாணி பிரமாதமான நடிப்பைத் தந்திருக்கிறார்.

தொடர்ந்து இயக்குநர் ஏ.டி.கிருஷ்ணசாமி படங்களைப் பார்க்கையில் அவருக்கென ஒரு கனவு இருந்திருக்கிறது என்பது புரியும். அந்தக் கனவு எல்லாரும் சமமானவர்கள் என்பதும், அனைவருக்குமான கல்வி, குறிப்பாக பெண்களுக்கான மரியாதை என உள்ளடக்கியது. இவரது கடைசித் திரைப்படம், உயிர்களிடத்தில் சமநிலை கடைபிடிக்க வேண்டும் என்று சொன்ன வள்ளலாரின் வாழ்க்கை வரலாறாக இருந்தது. 'அருட்பெருஞ்சோதி' என்பது படத்தின் பெயர். அதற்குப் பிறகு அவர் படம் இயக்கியதாக எந்த ஆவணமும் இல்லை. இவரது படங்களில் சில மட்டுமே காணக்கிடைக்கின்றன. 'வித்யாபதி', 'பொன்வயல்' போன்ற படங்கள் நமக்குக் கிடைப்பதில்லை.

படைப்பாளிகள் அனைவருமே கனவு காண்பவர்கள் தான் என்றாலும், எந்த மாதிரியான கனவு என்பதில் வேறுபட்டவர்களாகிறார்கள். கிருஷ்ணசாமியின் கனவு எல்லாருக்குமானது. இன்று நாம் திரைப்படங்களில் முன்வைக்கும் அரசியலை, அவர் ஐம்பது வருடங்களுக்கு முன்பே காட்டியிருக்கிறார். பேசியிருக்கிறார். விளக்கமும் தந்திருக்கிறார். எந்த வகையில் பார்த்தாலும் A.T கிருஷ்ணசாமி தவிர்க்கவே கூடாத இயக்குநர்.

எஸ்.எஸ் வாசன்

எஸ்.எஸ். வாசன் இயக்குநராகவும் வெற்றி பெற்றவர். ஒவ்வொரு படத்திலும் சாதனைகள் செய்தே தீருவேன் என்று ஒருவர் படம் எடுத்தால் எப்படி இருக்குமோ அப்படியான படங்கள் தான் எஸ்.எஸ்.வாசன் இயக்கியதும் தயாரித்ததுமானவை. ஒரு தயாரிப்பாளராக அவர் சினிமாவின் போக்கினை மாற்றியிருக்கிறார். சினிமா என்பது வியாபாரம் என்றால், அதன் எல்லையை விரிவுபடுத்த வேண்டும் என்கிற எண்ணம் கொண்டிருந்தார். வெறும் கதை சொல்லல் மட்டுமே திரைப்படமாகிவிட முடியாது, அது ஒரு காட்சி ஊடகம், கதையை காட்சியின் அத்தனை சாத்தியங்களோடு சொல்ல வேண்டும் என்பதில் பிடிவாதமாக இருந்திருக்கிறார். ஒரு இயக்குநராகவும் இதனை நிகழ்த்திக் காட்டியவர்.

'ஆனந்த விகடன்' பத்திரிகை நஷ்டத்தில் இயங்கிய காரணத்தால், அதனைக் கைவிட்டிருந்த புதூர் வைத்தியநாதர் என்பவரிடமிருந்து விலை கொடுத்து வாங்கி, சில மாதங்களிலேயே முப்பதாயிரம் பிரதிகளை விற்றார் எஸ்.எஸ்.வாசன். பத்திரிகையின் உள்ளடக்கத்தை சுவாரஸ்யமாக மாற்றியதுடன், அதற்குத் தொடர்ந்து அவர் கொடுத்த விளம்பரங்களினால் விற்பனை அதிகரித்தது. மக்களோடு அதிகம் பழகும் வாய்ப்பு கிடைத்த காரணத்தால் தான், அவர்களின் ரசனையைத் துல்லியமாக வாசன் தெரிந்து வைத்திருக்க வேண்டும். இதன் காரணமாகவே கே.சுப்ரமணியன் இயக்கத்தில் வெளிவந்த

'தியாக பூமி' போன்ற படங்களை விநியோகிக்கத் தொடங்கினார். அவருடைய கணிப்பு சரியாக வேலை செய்தது. படம் மாபெரும் வெற்றி பெற்றது. வாசன் அவர்கள் தயாரித்து இயக்கிய படங்களைப் பார்க்கிறபோது, மக்களின் ரசனை என்னவாக இருந்திருக்கிறது, எதைப் படமாகக் காட்டினால் அவர்களின் வரவேற்பினைப் பெறலாம் என்று தெரிந்து வைத்திருந்த ஒருவர் என புரிந்து கொள்ள முடியும். 'சந்திரலேகா', 'வஞ்சிக்கோட்டை வாலிபன்' 'இரும்புத்திரை' என அவர்

தயாரிக்கவும், தமிழில் இயக்கவும் செய்த படங்கள். இவை தவிர இந்தியிலும் படங்களை இயக்கவும் தயாரிக்கவும் செய்திருக்கிறார். தமிழில் இருந்து இந்திக்குச் சென்ற தயாரிப்பாளர்களில் முன்னோடி இவர்.

மோஷன் பிக்சர்ஸ் ஸ்டுடியோ தீக்கரையானபோது, அதனை வாங்கி புதுப்பித்து.. ஜெமினி ஸ்டுடியோ என்கிற பெயரில் தயாரிப்பு நிறுவனத்தை தொடங்கினார். தொடங்கிய வருடம் அவர் எடுத்தப் படங்கள் எல்லாமே வெற்றி. மங்கம்மா சபதம், அபூர்வ சகோதரர்கள், மிஸ் மாலினி, பால நாகம்மா என அடுத்தடுத்து வெற்றி பெற்றன. 'மங்கம்மா சபதம்' படத்தின் இயக்குநரான ஆசார்யாவைக் கொண்டு 'சந்திரலேகா' என்கிற படத்தின் அறிவிப்பினை வெளியிடுகிறார்.

பிரமாண்டமான விளம்பரங்களைப் படத்தின் தலைப்பை வெளியிடுவதற்காக செய்தார். ஆனால், கதை தயாராகாமல் இருந்திருக்கிறது. ஜெமினி ஸ்டுடியோ கதை இலாகாவினர், எத்தனை கதைகள் சொன்னாலும் அது வாசனுக்குத் திருப்தியாக இல்லை. ஜெமினி நிறுவனம், அது வரை தயாரித்திருந்த படங்கள் எல்லாமே தலைப்பு தொடங்கி பெண்களை மையமாகக் கொண்டவை என்பதால், 'சந்திரலேகா'வும் அப்படியே இருக்க

வேண்டும் என்பது எல்லோருடைய விருப்பமாக இருந்திருக்கிறது. கிராமத்தில் இருந்து விதிவசத்தால் நகரத்துக்கு வருகிற பெண்ணின் மீது அந்த நாட்டு இளவரசனுக்கு ஆசை வந்துவிடுகிறது. கெட்ட குணம் படைத்த அந்த இளவரசனிடம் இருந்து, சந்திரலேகா எப்படித் தப்புகிறாள் என்பதைக் கதையாகச் சொன்னபோது.. வாசன் 'அது சாதாரண கதையாக இருக்கிறது' என்று ஒதுக்கிவிட்டார். பிரிட்டிஷ் எழுத்தாளர் ஜார்ஜ் ரெனால்ட்ஸ் எழுதிய நாவலில் இருந்த முதல் பக்கத்தில் உள்ள ஒரு காட்சியை, ஜெமினி கதை இலாகாவைச் சேர்ந்த வேப்பத்தூர் கிட்டு வாசித்துக் காட்ட.. அது பிடித்துப் போய், அதில் இருந்து 'சந்திரலேகா' படத்தின் கதை உருவாகியிருக்கிறது.

ஒரு கிராமத்து பெண்ணை கொள்ளையர்கள் குதிரை வண்டியில் அழைத்துப் போய் ஆடச் சொல்கிறார்கள். அவள் மறுக்கிறாள். தங்களது சாட்டையால் அடித்து அவளை ஆட வைக்கிறார்கள் என்பது தான்.. அந்த முதல் பக்கத்தில் இருந்த கதை. 'சந்திரலேகா' படத்தில் இந்தக் காட்சி வந்திருந்தது.

படத்தின் இயக்குநரான ஆச்சார்யா ஏதோ காரணத்தால் விலகிக் கொள்ள, அதுவரை தயாரிப்பாளராக இருந்த வாசன் முதன்முறையாக இயக்கத் தொடங்குகிறார்.

'சந்திரலேகா' படம் இன்று வரையிலும் இந்தியாவின் சாதனை தான். படத்தின் தொடக்கத்தில் 'இது எந்தக் குறிப்பிட்ட காலகட்டத்தைச் சேர்ந்த சரித்திர படம் அல்ல' என்றும்.. 'ஒரு பெண்ணின் கதை' என்பதாகவும் எழுதிக் காட்டி விடுகிறார்கள். ஒரு கிராமத்து பெண்ணான சந்திரலேகா ஒரு குதிரை வீரனை சாலையில் சந்திக்கிறாள். அந்த வீரனுக்கும் சந்திரலேகாவுக்கும் பார்த்த உடனேயே காதல் ஏற்பட்டுவிடுகிறது. அந்த வீரன் தான் நாட்டின் இளவரசன் என்பது சந்திரலேகாவுக்குத் தெரியாது. அவளுக்குத் தெரிந்தால் தயக்கத்தினால் தன் காதலை ஏற்றுக்கொள்ள மாட்டாளோ என்பதால்.. அந்த இளவரசனும் கடைசி வரை சொல்லாமல் மறைக்கிறார். கடைசி காட்சியில் தான் சந்திரலேகாவுக்குத் தான் காதலித்தது அந்த நாட்டின் இளவரசன் என்பது தெரிய வருகிறது. இதற்கிடையில் இளவரசனின் தம்பி சஷாங்கன், தனக்கே நாட்டையாளும்

உரிமை வேண்டும் என்று சண்டை போடுகிறான். அவனும் சந்திரலேகாவை பார்த்துவிட, தன் அண்ணன் விரும்பிய பெண் என்பது தெரியாமல் அவளை அடைய நினைக்கிறான். தன்னை எதிர்த்த அம்மா அப்பாவை சிறையில் அடைக்கிறான்.

அம்மாவையும், அப்பாவையும் சந்திரலேகா மற்றும் நண்பர்களின் உதவியோடு மீட்கிறான் இளவரசன். இந்தக் கதையும் கூட பல புராண, நாட்டுப்புறக் கதைகளின் களம் தான் என்றாலும் 'சந்திரலேகா' வித்தியாசப்படுவது அதன் பிரம்மாண்டக் காட்சிகளில்.

முதல் காட்சியில் தொடங்குகிற பிரமிப்பு படத்தின் இறுதி வரைக்கும் நீடித்திருக்கும். பெரிய கோட்டைகள், அகழிகள், மலைகள், யானைகள், குதிரைகள், சர்க்கஸ் அரங்கங்கள், நாடோடிகளின் பாடல்கள் என அப்போது திரைப்படங்களில் காட்டுவதற்கு யாரும் தைரியப்படாத, தயங்குகிற பல விஷயங்களைக் காட்டியிருந்தார். இளவரசனை அவனது தம்பி சஷாங்கன் ஒரு குகையில் கட்டி வைத்து, பெரிய பாறையால் மூடிவிடுவான். இதனை சந்திரலேகா பார்த்துவிடுவாள். அவள் ஒருத்தியால் அந்தப் பாறையை நகர்த்தவே முடியாது. அந்தப் பக்கமாக சர்க்கஸ் நடத்துவதற்காக ஒரு கூட்டமே போய்க்கொண்டிருக்கும், புலிகள் கூண்டுக்குள் சுற்றியபடி இருக்கும், ஒட்டகங்கள் முன்செல்லும், யானைகளும் அதன் குட்டிகளும் பின்தொடரும். விதவிதமான வண்டிகளில் சர்க்கஸ் கோமாளிகளும் அதில் பணி செய்வர்களும் அமர்ந்திருப்பார்கள். இவர்கள் மலைக்கு நடுவே உள்ள பாதையில் ஒரு ஊர்வலம் போலச் சென்று கொண்டிருப்பார்கள். யோசிப்பதற்குள்ளாகவே மூச்சு முட்ட வைக்கும் இந்தக் காட்சியை அவர் படமாக்கியிருக்கிறார். இதில் உள்ள

யானைகளை வைத்து இளவரசன் சிறைபிடிக்கப்பட்ட அந்தப் பாறையை நகர்த்துவார்கள். யானை வந்தது, பாறையைத் தள்ளிவிட்டது என்பதாக அல்லாமல்.. விரிவான காட்சி அது. சங்கிலிகளை பாறையோடு சேர்த்துக் கட்டப்பட்ட நிலையில், வரிசையாக யானைகள் நிற்கும். அதன் மேல் அமர்ந்து பாகன்கள் கட்டளையிட.. அந்தப் பாறைகளை யானைகள் நகர்த்துவது போன்றதான காட்சி. இந்த ஒரு பிரம்மாண்ட காட்சி வாசனுக்கு போதவில்லை. அடுத்தடுத்து பிரமிப்பை ஏற்றிக்கொண்டே போகிறார்.

சர்க்கஸ் காட்சிகளை காட்டுகிறார். சர்க்கஸில் வித்தை காட்டுபவர்கள் எப்படி தயாராவார்கள் என 'க்ரீன் ரூம்' காட்சிகளைக் காட்டுகிறார். திரைக்கதையாகப் பார்க்கையில் சாதாரண காட்சி போலத் தோற்றமளிக்கும் எதுவும், காட்சியாக விரியும்போது தனித்தன்மையைப் பெற்றுவிடுவதே 'சந்திரலேகா' படத்தின் சிறப்பாக இருக்கிறது. சந்திரலேகாவும் இளவரசனும் ஒரு நாடோடிப் பெண்கள் கூட்டத்தில் தஞ்சமடைகிறார்கள். சஷாங்கனின் ஆட்கள் இங்கும் இவர்களைத் தேடி வருகிறார்கள். இருளில் ஒவ்வொரு பெண்களின் முகத்துக்கு அருகிலும், விளக்கினைக் காட்டி சோதிக்கின்றனர் வீரர்கள். அந்தப் பெண்கள் நடனமாடுகிறார்கள். அது ஒரு தனித்துவமான பாடலாகவும் இசையாகவும் இருக்கிறது. இதையெல்லாம் பார்த்து பிரமிக்கும்போதே அடுத்த காட்சி இன்னும் திகைப்படைய வைக்கிறது. ஊரின் மையத்தில் சஷாங்கனின் ஆளுயர சிலை பீடத்தில் இருக்கிறது. அங்கிருந்து பாடல் ஒன்று தொடங்குகிறது.

தமிழ் சினிமாவின் அரிதிலும் அரிதான பாடல்கள் இந்தப் படத்தில் இடம்பெற்றிருக்கின்றன. ஜெமினி ஸ்டுடியோவில் தொடர்ந்து இசையமைத்தவர்கள் எஸ்.ராஜேஸ்வர ராவ் மற்றும் எம்.டி. பார்த்தசாரதி. இருவருமாக இணைந்து இசையமைத்தத் திரைப்படம் இது. பின்னணி இசை பற்றிச் சொல்லியாக வேண்டும். சஷாங்கன் பதவியேற்க வருகையில் கொடுக்கப்பட்ட பின்னணி இசை, தீவட்டி கொள்ளையர்கள் ஊருக்குள் வருகையில் தரப்பட்ட இசை, சர்க்கஸ் காட்சிகளுக்குத் தரப்பட்டவை, க்ளைமாக்சில் பாடல் எதுவுமின்றி ட்ரம்ஸ் மீது ஆடப்படும் நடனத்துக்கு ஒலிக்கும்

இசை என.. மூன்று வருடங்கள் இசையமைப்புக்காக தொடர்ந்து பணி செய்ததில் ஒரு பெரும் பாய்ச்சலை நிகழ்த்தியிருக்கிறார்கள். லத்தீன் அமெரிக்க சாயலில் வெளிவந்த, 'அயிலோ பகரியாமோ' பாடலும், காட்டு வழியில் சர்க்கஸ் குழுவினர் பாடிக்கொண்டு வரும் நாட்டுப்புறப்பாட்டும், இசைக்குழுவினர் மிருதங்கம் தபேலாவை இசைத்துக் கொண்டு, வழித்துணைக்காக பாடுவதும், கேட்பதற்கும் பார்ப்பதற்கும் பெரும் அனுபவம்.

ருடோல்ஃப் ப்ரீமில் என்கிற இசை மேதை The FireFly என்கிற இசை நாடகத்துக்கு 1912ல் இசையமைக்கிறார். லத்தீன் அமெரிக்க நாட்டுப்புறப் பாட்டின் சாயல் கொண்டது. அந்தப் பாடல் மிகப் பிரபலமானது. அந்த நாடகம் 1937ல் அதே பெயரில் படமாக எம்ஜிஎம் நிறுவனத்தால் தயாரிக்கப்பட்டது. அதே லத்தீன் அமெரிக்க நாட்டுப்புறப் பாடல் அதில் இணைக்கப்பட்டது. The Donkey Serenede என்கிற பெயரில் அது மீண்டும் பிரபலமானது. இந்தப் பாடலைத் தான் 'சந்திரலேகா'வில் 'அயிலோ பகரியமா" என்ற பாடலில் பயன்படுத்தியிருப்பார்கள். தமிழில் வெளிவந்த முதல் ஜிப்ரிஷ் மற்றும் வார்த்தை விளையாட்டில் வெளிவந்த பாடலென்று சொல்லலாம். திரைப்படங்கள் நாடகங்களில் இருந்து தோன்றியது என்பதால் வசனங்களுக்கு அதிக முக்கியத்துவம் கொடுத்தே பல படங்கள் எடுக்கப்பட்டிருந்தன. இந்தப் போக்கு இன்று வரை கூட நீடிக்கிறது. சில படங்களை வானொலியில் ஒலிச்சித்திரமாக ஒலிபரப்புவார்கள். அப்போதும் கதையை புரிந்து கொள்ள முடியும். ஆனால் சந்திரலேகா படத்தில் வசனங்கள் குறைவு, காட்சிகளால் ஆனது இந்தப் படம். படத்தை பார்த்தால் மட்டுமே அனுபவம் கிடைக்கும். சஷாங்கனுக்கு முடிசூட்டுவதற்கான விழா ஏற்பாடுகள் நடந்து கொண்டிருக்கும். சிறையில் மன்னனும், ராணியும் இருப்பார்கள். ஒரு வசனம் கூட கிடையாது. முழுவதும் சுற்றுப்புற ஒலியின் மூலமாகவே மன்னனின் மனநிலையைப் புரிய வைத்த காட்சி. முரசு கொட்டுவது, வீரர்கள் நடப்பது, கைதட்டும் ஒலி..இதை மட்டுமே மன்னர் கேட்டுக் கொண்டிருப்பார். அவர் இதனைக் குறித்தெல்லாம் கவலையில் இருக்கிறார் என்பது நமக்கு சொல்லாமலேயே விளங்கும். இப்படி ஒரு காட்சியினை எடுப்பதற்கு அசாத்திய கற்பனையும், காட்சி மீதான நம்பிக்கையும் வேண்டும்.

சந்திரலேகா படம் ஐந்து வருடங்களாக தயாரிப்பில் இருந்திருக்கிறது. இந்திய சுதந்திரத்துக்கு முன்பு தொடங்கப்பட்ட இந்தத் திரைப்படம் 1948ஆம் ஆண்டு வெளிவந்தது. இதோடு இந்தியிலும் எடுக்கப்பட்டு இந்தியா முழுவதும் மட்டுமல்லாமல், அமெரிக்காவிலும் இங்கு வெளியிடப்பட்ட அன்றே வெளியானது. Pan India movie-யின் தொடக்கம் இந்தப் படமாகத் தான் இருந்திருக்க வேண்டும்.

‘சந்திரலேகா’வில் மட்டுமல்லாமல் எஸ்.எஸ்.வாசன் தமிழில் இயக்கிய மற்றொரு திரைப்படமான ‘வஞ்சிக்கோட்டை வாலிபன்’ படத்தின் முதல் காட்சியைச் சொல்ல வேண்டும். வணிகக்கப்பல் ஒன்று புயலில் சிக்கிக் கொள்கிறது. அந்தக் கப்பலின் பாய்மரத்தை அந்தப் புயலையும் எதிர்த்து கயிறின் மீதேறி கழற்றுகிறார் ஜெமினி கணேசன். அங்கிருந்து கதைத் தொடங்குகிறது. வாசன் இயக்கியக் கதைகள் யாவும் ஒரு சிறு தாளில் எழுதிவிடக்கூடியவை தான். அதைத் திரைக்கதையாக மாற்றும்போது ஒரு கற்பனை உலகத்துக்குள் அழைத்துச் சென்றுவிடுகிறார். ஒரு கதாபாத்திரத்தை அறிமுகம் செய்து வைக்க அவர் உருவாக்குகிற காட்சிகள், இன்றைய வணிக சினிமாவின் இலக்கணமாக இருக்கிறது. கதாநாயகனுக்கு பிரமாண்டக் காட்சி என்றால், வில்லனை அறிமுகப்படுத்தும் போது, அவனுடைய தீய குணங்களைச் சொல்வதற்கான ஒரு காட்சி. ‘சந்திரலேகா’வில் சஷாங்கன் அறிமுகமாகும் காட்சியில், வேட்டை நாய்களின் குறைப்பொலிகள் கேட்கும். சஷாங்கன் நாய்களைக் கையில் பிடித்துக் கொண்டு வருவார். அதன்பிறகு ஒவ்வொரு முறையும் சஷாங்கனை அரண்மனைக்குள் காட்டும்போதும் அங்கு ஒரு வேட்டை நாய் இருக்கும். சஷாங்கன் கோபப்படும்போது முத்தாய்ப்பாக அந்தக் காட்சியில் நாய் அதிகாரமாக குறைக்கும்.

இரும்புத்திரை படத்தில் சிவாஜிகனேசன் கதாபாத்திரம் அறிமுகம். வைஜெயந்தி மாலாவின் அம்மாவுக்கு உடல்நிலை சரியில்லாமல் போகும். ரிக்ஷாவை அழைத்துக் கொண்டு வர வைஜெயந்தி மாலா வருவார். ரிக்ஷா மட்டும் இருக்கும், ரிக்ஷா ஓட்டுனர் இருக்க மாட்டார். பக்கத்தில் யாரையாவது அழைக்கலாம் என்றால் சற்றுத் தள்ளி ஒருவர் ‘சத்திய சோதனை’

புத்தகம் வாசித்துக் கொண்டிருப்பார். ரிக்ஷா அருகில் ஒரு பெண் நிற்பதைப் பார்த்து, புத்தகத்தை வாசித்துக் கொண்டிருப்பவர் எழுந்து வருவார். அவர் தான் சிவாஜி கணேசன். 'நான் ரிஷ்காரரைக் கூப்பிட்டேன்' என்பார் வைஜெயந்தி மாலா. "நான் தான் ரிக்ஷா ஓட்டுபர்' என்று புத்தகத்தினை சீட்டுக்கு அடியில் வைத்துவிட்டு ரிக்ஷாவினை ஓட்டுவார். வைஜெயந்தி மாலாவால் நம்பவே முடியாது. மருத்துவரிடம் சிவாஜி கணேசன் தேர்ந்த ஆங்கிலத்தில் பேசுவார். இப்படி நன்கு படித்த ஒருவர் ஏன் ரிக்ஷா ஓட்டுநராக இருக்கிறார் என வைஜெயந்திமாலா போல நமக்கும் தோன்றும். அதன் காரணங்களை அடுத்தடுத்த காட்சி நமக்கு சொல்லும், கடைசிவரை சிவாஜி கணேசன் கதாபாத்திரம் பொதுவுடைமை, தொழிலாளர் சங்கம் என.. கதையில் முக்கிய முடிவுகளை எடுக்கக்கூடிய கதாபாத்திரமாக அமைந்திருக்கும். இரும்புத்திரை படத்தில் வைஜெயந்திமாலாவும், சிவாஜிக்கும் ஒரு காதல் காட்சி உண்டு. தமிழ் சினிமாவின் சிறந்த காட்சிகளில் ஒன்றெனக் கூறலாம். 'என்கிட்டே பழகின மாதிரி வேற பெண்கிட்ட பழகியிருக்கீங்களா ?"என வைஜெயந்தி மாலா கேட்க, அதற்கு சிவாஜி கூறும் கதையும், அதற்கு வைஜெயந்தியின் முகபாவனைகளும்..ரசிக்கக்கூடியவை.

ஒரு இயக்குநராக வாசன் பார்வையாளர்களுக்கு ஆச்சரியங்களைத் தருவதற்கு மெனக்கிட்டிருக்கிறார். அதற்கான வாய்ப்புகள் உள்ள கதைகளை மட்டுமே தேர்ந்தெடுத்திருக்கிறார். ஒரு கதையின் யதார்த்தத் தன்மைக்கு ஈடுகொடுப்பதற்கு, பிரமாண்டத்தைக் கையிலெடுக்கிறார். இது ஒரு முரணாகத் தோன்றினாலும், இதைத் தான் செய்திருக்கிறார் வாசன். உதாரணமாக, சஷாங்கனை வீழ்த்த வேண்டுமெனில் கோட்டைக்குள் செல்ல வேண்டும். படத்தில் சில காட்சிகளில், திரும்பத் திரும்பக் காட்டப்படுவது, கோட்டை எத்தனை பாதுகாப்பானது என்பதும், அதில் ஒரு குண்டூசி கூட வீரர்களின் கண்ணில் படாமல் உள்ளே நுழைய முடியாது என்பதும் தான். அப்படியெனில் கோட்டைக்குள் இருக்கும் சஷாங்கனை வீழ்த்த, அவனது அண்ணன் எப்படியும் தனக்கு ஆதரவான வீரர்களை அழைத்துக் கொண்டு உள்ளே நுழைய முடியாது. இது யதார்த்தம். இதை சரி செய்ய ராட்சச முரசுகளுக்குள் வீரர்களை

ஒளிந்து கொண்டு, கோட்டைக்குள் அனுப்பப்படுகிறார்கள். அதன் மேல் நின்று ஆடும் நடனம் முடிந்ததும், அதில் இருந்து வீர்கள் வெளிப்படுகிறார்கள் என்பதாக அக்காட்சி அமைகிறது. படத்தின் கடைசி இருபது நிமிடங்கள் பிரமாண்டங்களின் தொகுப்பு. இரும்புத்திரை படத்தில் சிவாஜி கணேசன், தனது அண்ணன் வேலை செய்யும் நூற்பாலைக்குள் வருகிறார். ராட்சத இயந்திரங்கள் கொண்ட நூற்பாலையிலேயே படம் பிடித்திருக்கிறார்கள். அங்கு ஒரு இயந்திரம் பழுதாகிறது. அதனை சிவாஜி கணேசன் சரி செய்கிறேன் என்கிறார். அவர் ஒரு மெக்கானிக்கும் கூட. இப்படி சொல்லிவிட்டு அடுத்த காட்சியில், இயந்திரம் சரியாகிவிட்டது என்று வசனத்தில் சொல்லியிருக்கலாம். ஆனால் எப்படி 'சந்திரலேகா'வில் யானைகள் ஒரு பாறையை இழுத்ததையும், சர்க்கஸ் காட்சிகளையும், நீண்டதொரு வாள் சண்டையையும் காட்டினார்களோ... அப்படி விரிவான ஒரு காட்சி தான் சிவாஜி எப்படி இயந்திரத்தை சரி செய்கிறார் என்பதும். இப்படி கதையின் யதார்த்தத்துக்கு பிரமாண்டக் காட்சிகளை பயன்படுத்தியதில் முன்னோடி இயக்குநராகவும், முதல் இயக்குநராகவும் வாசன் இருந்திருக்கிறார்.

பத்மினியும், வைஜெயந்திமாலாவும் அற்புதமாக நடனம் ஆடக்கூடியவர்கள். இருவரும் ஒரு படத்தில் சேர்ந்து ஆடுகிறார்கள், அதுவும் போட்டி போட்டுக் கொண்டு. இன்று வரை 'கண்ணும் கண்ணும் கலந்து சொந்தம் கொண்டாடுதே' இந்திய சினிமாவின் மறக்க முடியாத ஒரு போட்டிப் பாடலாக மாற்றியிருக்கிறது. 'இரும்புத்திரை' படத்தை தயாரித்து இயக்க முடிவு செய்தபிறகும், இதன் தலைப்பு எதுவும் திருப்திகரமாக் அமையவில்லை. அதனால் போட்டி ஒன்றை வைத்திருந்தார்கள். தலைப்புகளை அனுப்பச் சொல்லி அறிவித்திருந்தார்கள். ஒரு இளைஞர் நோட்டு முழுவதும் 2500 தலைப்புகளை எழுதி அனுப்ப, அதில் இருந்து தேர்ந்தெடுக்கப்பட்ட தலைப்பு தான் இரும்புத்திரை. இதனையும் படத்தின் விளம்பரத்துக்காக சரியாகப் பயன்படுத்தியிருந்தார் எஸ்.எஸ். வாசன். இவர் இயக்கியத் தயாரித்த படங்களைத் தொடர்ந்து பார்க்கையில், தோன்றுகின்ற ஒன்று, அசராத ஒரு மனம் கொண்ட ரசனையும் வேட்கையும் ஒன்று சேர பார்ப்பது தான் எஸ்.எஸ். வாசனின் திரைப்படங்கள்.